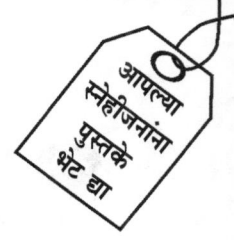

भोकरवाडीच्या गोष्टी

द. मा. मिरासदार

AA000678

मेहता पब्लिशिंग हाऊस

- *या पुस्तकातील लेखकाची मते, घटना, वर्णने ही त्या लेखकाची असून त्याच्याशी प्रकाशक सहमत असतीलच असे नाही.*

BHOKARWADICHYA GOSHTI by D. M. MIRASDAR

भोकरवाडीच्या गोष्टी : द. मा. मिरासदार / कथासंग्रह

द. मा. मिरासदार
१२६०, अक्षय सहनिवास, तुळशीबागवाले कॉलनी,
सहकारनगर नं.२, पुणे - ४११ ००९

प्रकाशक : सुनील अनिल मेहता, मेहता पब्लिशिंग हाऊस,
१९४१, सदाशिव पेठ, माडीवाले कॉलनी, पुणे ४११ ०३०.

अक्षरजुळणी : इफेक्ट्स, २१/६ब, आयडिअल कॉलनी, कोथरूड, पुणे ३८

मुखपृष्ठ : शि. द. फडणीस

प्रकाशनकाल : १९८३ / १९९० / १९९८ / सप्टेंबर, २००६ /
मेहता पब्लिशिंग हाऊस, पुणे यांची पाचवी आवृत्ती : मार्च, २०११ /
सप्टेंबर, २०११ / ऑक्टोबर, २०१२ / डिसेंबर, २०१३ /
सप्टेंबर, २०१५ / पुनर्मुद्रण : ऑक्टोबर, २०१७

P Book ISBN 9788184982299
E Book ISBN 9788184988598
E Books available on : play.google.com/store/books
m.dailyhunt.in/Ebooks/marathi
www.amazon.in

श्री. बाळकृष्ण तु. कुलकर्णी
आणि
सौ. सिंधू
यांना....

अनुक्रमणिका

भोकरवाडी 'हाय' । १

गुप्त धन । १४

बाबू पैलवानाचे उपोषण । २७

भोकरवाडीतील भुताटकी । ३६

खव्याचा गोळा । ४८

भोकरवाडीतील मारामारी । ५८

परसातील खजिना । ७१

पाठलाग । ८३

दक्षता । ९२

तपकीर । १०२

दरोडा । ११६

बबीचे मंगळसूत्र । १२८

कावळ्यांचे मानसशास्त्र । १३७

रघोबा : एक स्वातंत्र्यसैनिक । १५२

भोकरवाडी 'हाय'

शिवा जमदाड्याचा सकाळचा कार्यक्रम अगदी आखीव असायचा. सकाळी उठून पाण्याची तपेली घेऊन गावाबाहेरच्या रानात जायचे. देहकर्म उरकून विहिरीत हातपाय, तोंड धुवायचे. लिंबाची काडी घेऊन तेथेच दात घासण्याचा कार्यक्रम उरकायचा. मग परत येता-येता दुसऱ्याच्या रानात कडेला जे काही दिसेल, ते उपटून धोतराच्या घोळात टाकायचे. कधी मिरची-कोथिंबीर, कधी कांदे, वांगी, भोपळा असले माळवे. जमले तर चार-दोन ऊससुद्धा उपटायचे. मोळी करून घरी आणायचे. महाराजांच्या कृपेने झालेला पोरगा आता पाच-सात वर्षांचा होता. त्याला उठल्याबरोबर रोज सकाळी खायला लागत असे. ते घेतल्याशिवाय तो अंथरुणातून उठतच नसे. आता शिवा रोज विकत खायला कुठून आणणार? म्हणून हा धंदा सोईचा होता. कधी गाजरे, कधी काकड्या, तर कधी ऊस. रानातल्या मालकाने आरडाओरडा केलाच, तर दुसऱ्या बाजूच्या रानात घुसायचे. चार-आठ दिवस दक्षिण-दिग्विजय मग उत्तर-दिग्विजय असा त्याचा रोजचा नेम सुरळीतपणे सुरू होता.

थंडीच्या दिवसांत शिवा पाणी गरम करून गरम पाण्याचा तांब्या घेऊन बाहेर पडत असे. चुलवणासाठी काटक्या सारल्या की, तपेलीभर पाणी तापायला असा कितीसा वेळ? पण आज काटक्याच जाग्यावर नव्हत्या. घरातला एकमेव जुना स्टोव्ह घासलेट संपल्यामुळे सांदीकोपऱ्यात पडून होता. घासलेट मिळतच नव्हते. सगळीकडे टंचाई होती. आठ दिवसांपूर्वी शिवाची बायको बजावून सांगत होती – "राकील उडालंय बरं का घरातलं, हां... आना कुठूनतरी बाटलीभर. न्हाई तर सैपाक न्हाई बगा आज."

तिची कीव करीत शिवा म्हणाला,

“आगं, राकेलची समद्या गावात बोंबाबोंब है. त्यो दुकानदार शेठजी चोरून-मारून कुणाला तरी देणार. त्येबी लै महाग. कसं परवडायचं?”

“मंग?”

“लाकूडफाटा हैच की आपला पूर्वापार. न्हाईतर गवऱ्या... ठेविले आनंथे तैसेचि ऱ्हावे –”

“ते आमच्या नशिबाला हैच शेवट. ती बी संपली म्हंजे माजी हाडं घाला चुलीत–” असे म्हणत शिवाची बायको फणफणत परसदाराकडे गेली आणि स्वत:शीच बडबडत लाकूडफाटा हुडकू लागली. मग शिवाही मठ्ठ गाढवासारखी मुद्रा करून थंड पाण्याची तपेली घेऊन बाहेर पडला. उशीर झाल्यामुळे घाईघाईने निघाला.

थंडगार वारे सुटले होते. पोटऱ्यात आलेली पिके एकसाथ डोलत होती. निरनिराळे वास येत होते. पायाखालचा फुफोटा अजून गार होता. पाखरे चिवचिवत होती. एकूण वातावरण मोठे प्रसन्न वाटत होते. शिवा जमदाड्याला आज नेहमीपेक्षा जादा हुरूप वाटत होता. इतका की, त्याला तुकोबाचे अभंग एकामागोमाग एक आठवत होते. ‘आभाळ मंडप, प्रिथिवी आसन’ म्हणत-म्हणत त्याने नित्यकर्मे उरकली. मग रिकामी तपेली घेऊन विहिरीकडे वळला. हळूहळू पायऱ्या उतरून खाली आला.

सपावरच्या पाण्यात पाय बुडवले. हात खंगाळले. मग ओंजळीत पाणी घेऊन त्याने चूळ भरली.

पण भरली कसली? तोंडात गेलेले पाणी त्याला असे काही चमत्कारिक लागले की, ते आपोआपच त्याच्या तोंडातून बाहेर पडले. एकदम रॉकेलसारखा वास आला. तोंड वेडेवाकडे करून ‘थु: थु:’ करीत शिवाने विहिरीतील पाण्याकडे निरखून पाहिले.

सबंध पाण्यावर तेलाचा दाट तवंग दिसत होता. नव्हे, सगळे तेलच आहे, असे दिसत होते. त्यात हात तेलकट झाले होते. पायाकडे न्याहाळून पाहिले, तर पायही तेलकट झालेले. तोंडात तर तो वास अजून रेंगाळत होता. नक्कीच रॉकेलचाच हा वास. शंकाच नको. फार मागे लग्नाच्या मिरवणुकीत शिवाने एकदा हातात मशाल घेऊन तिच्यावर तोंडाने रॉकेलच्या चुळा सोडल्या होत्या. चूळ भरली की मशालीतून जाळाचा पट्टा फर्ररर्र करून निघायचा. भक्कम जाळ व्हायचा. लोक टाळ्या वाजवायचे. त्या वेळी तोंडात गेलेल्या रॉकेलचा वास पुढे चार दिवस गेला नव्हता. रॉकेलचा वास आणि त्याची चव दोन्ही शिवाच्या पुरती ओळखीची होती. नक्कीच हे पण रॉकेल! पण आपल्या विहिरीत रॉकेल एकदम कुठून आले? काल-परवा तर पाणी स्वच्छ होते. आणि आज एकदम विहिरीत रॉकेलच रॉकेल? हा काय चमत्कार झाला?

शिवाने डोळे विस्फारले. तोंडाचा 'आ' तर आपोआपच झाला. क्षणभर बावचळल्यासारखी मुद्रा करून तो त्या पाण्याकडे वेड्यासारखा पाहतच राहिला. नक्कीच काहीतरी चमत्कार घडला आहे खास!

शिवाने पुन्हा एकदा खात्री करून घेतली. तपेलीत थोडे रॉकेल घेऊन तो वर आला. जवळच्या कोरड्या गवतावर ते ओतले. मग कनवटीची काड्याची पेटी काढली. काडी ओढून गवतावर टाकली.

गवतही भक्कन पेटले. भराभरा जळू लागले. आता काही शंकाच उरली नाही. शिवाने पुन्हा एकदा विहिरीतून तपेलीभर तेल भरून घेतले. मग तो पळतच सुटला. घराच्या दिशेने धूम पळत सुटला. आज त्याने कुणाचेही माळवे काढले नाही. ऊस उपटला नाही. कसलाच दिग्विजय केला नाही. तपेली नीट हातात धरून तो थेट पळत घराकडेच आला.

कोपऱ्यातला स्टोव्ह पुढे ओढून त्याने तपेली रिकामी केली. मग बायकोला म्हणाला, ''ए, पेटीव बरं स्टू –''

शिवाची बायको रखुमाईसाखी कमरेवर दोन्ही हात ठेवून डोळे मोठे करून त्याच्या या उद्योगाकडे बघतच राहिली होती. एखाद्या मूर्ख माणसाकडे जसे कीव केल्याप्रमाणे पाहावे तसे नवऱ्याकडे पाहत ती म्हणाली,

''पाण्यावर स्टू चालतो व्हय? काई डोस्कं? काईबी माकडावानी करत असता बगा तुमी.''

आज मात्र शिवा कधी नव्हे तो गुरगुरला, ''आगं, पेटवून तर बग; मग बोल.''

नाराजीची मुद्रा कायम ठेवून शिवाच्या बायकोने काडी ओढली. शिवाने पंप मारला. मग काडी वर लावली. अन् काय आश्चर्य –

भर्रर्र करून स्टोव्ह पेटला! अगदी नेहमीसारखा पेटला. वाजू लागला. बायकोने डोळे विस्फारले.

''अगं बया, कुठं मिळालं राकील?''

विजयी पैलवनासारखी शिवाची मुद्रा झाली. तो एखाद्या शहाण्या माणसासारखे बेरकी हसला.

''मग? है ना राकील? आता आधन ठीव अन् चा कर पयले.''

''पर– कुठं मिळालं राकील?'' बायकोच्या मुद्रेवर कौतुक होते.

''हिरीत.''

''हिरीत?''

''हां, आपल्या रानातल्या हिरीत.''

''आपल्या रानातल्या हिरीत राकील है?''

''अगं, समदी हीर राकेलनं भरल्याली है, हैस कुठं तू?''

आपल्या नवऱ्याला तसे डोके नाहीच, हे शिवाच्या बायकोचे मत फार पूर्वीपासून होते. पण जे काय आहे ते आज फिरले असावे, अशी तिला जोरदार शंका आली. शिवाने मग जीव तोडून-तोडून काय घडले ते समजावून सांगितले, तेव्हा तीही चकित झाली. नवऱ्याकडे टकामका बघतच राहिली. चमत्कार! नक्की हा देवाने काहीतरी चमत्कार दाखवलेला आहे खरा. शिवाची तर खात्रीच पटली. महाराजांच्या कृपेने जसा मागे मुलगा झाला, तशीच ही पण महाराजांची कृपा आहे. दुसरे काय? हे महाराजलोक फार विलक्षण असतात. दुसऱ्यावर कृपा करण्याचा त्यांचा उद्योग सतत सुरूच असतो. त्यांना अंतर्ज्ञानाने कळले असावे की, यांच्या घरात रॉकेल नाही म्हणून. चला... सबंध विहीर रॉकेलने भरून टाकली. छू: मंतर... घ्या, पाहिजे तेवढे रॉकेल घ्या. स्वत: घ्या, दुसऱ्याला द्या.

शिवा एकदम चमकला. खरंच विहीर भरून घासलेट मिळाले, तर एवढे आपल्याला कशाला लागते? फार तर डबा भरून ठेवला म्हणजे झाले. बाकीचे दुसऱ्याला द्यावे. अन् ते तरी फुकट थोडेच द्यायचे? सध्या जिकडे-तिकडे घासलेटची टंचाई आहे. रिकामी बाटली घेऊन माणसं वणवण हिंडत आहेत. बाटलीभर रॉकेलसाठी तोंडं वेंगाडत आहेत. आपण विकत देऊ की सर्वांना. त्या शेठजीची कशाला एवढी पत्रास पाहिजे? रॉकेलचे दुकानच काढायचे. घ्या तिच्या मारी! बाटलीभर घ्या, डबा भरून घ्या, नाहीतरी पिपाड भरून घ्या. आमच्याकडे तुटवडा नाही. पैसेच पैसे. दाबून पैसे....

शिवाच्या डोळ्यांसमोर एकदम पुढचे रम्य चित्र उभे राहिले. भोकरवाडीत आपले रॉकेलचे प्रचंड दुकान झालेले आहे... लोक रांगा करून उभे आहेत. कुणाच्या हातात बाटली, कुणाच्या हाता डबा. व्यापारीलोक तर पिपे घेऊनच आले आहेत. नोटांनी गल्ला भरलेला आहे. जवळचे आपले मोठ्ठे नवे घर बांधून झालेले आहे. काय बरे नाव द्यावे घराला? 'घासलेट-भवन' का 'महाराज-क्रिपा'?....

मनातले हे विचार घाईघाईने बाजूला करीत शिवा एकदम खाजगी आवाजात बोलला, "ए, कुनाला सांगू नगंस हां, हिरीत रॉकेल सापडलेय म्हणून. न्हाईतर समदा इस्कूट होईल. अगदी गपचीप कारभार करायचा."

बायको हात ओवळीत म्हणाली,

"मी कशाला सांगाय जातीय? तुमीच तुमच्या कंपनीत बोलून बसाल."

"छ्या: छ्या:! आपुनतर न्हाई बाबा बोलनार. एकदम डिंक लावून तोंड बंद."

"अजून एकदा जावा की –"

"कुठं?"

"रानात, त्या हिरीकडं. एक डबा भरून राकील आना की."

बायकोला अजूनही थोडी शंका आहेच, हे शिवाच्या ध्यानात आले. तोंडाची

वाफ दवडण्यापेक्षा सरळ डबा भरून रॉकेल आणून तिला दाखवावे आणि तिचे तोंड बंद करावे हे बरे, असे त्याला वाटले. अडचण एकच होती. घरात रॉकेलचा मोठा डबाच नव्हता. एक जुना डबा होता, पण तो गळका होता. त्यातून आणले तर रॉकेल घरापर्यंत शिल्लक राहण्याची शक्यता नव्हती. शिवाय सबंध गावातून सांडत-सांडत आणल्यावर गावात भलताच बोभाटा झाला असता. म्हणून शिवाने सरळ घरातला लहान हंडाच उचलला आणि तडक रानाची वाट धरली. हंडा भरून रॉकेल गोळा करून आणले. एकच गोष्ट झाली. हंडा फार जड असल्यामुळे त्याला तो डोक्यावर ठेवून जपून यावे लागले, इतकेच. याचा परिणाम इतकाच झाला की, रस्त्याने जाणाऱ्या-येणाऱ्या अनेकांचे लक्ष शिवाच्या या खटाटोपाकडे गेले आणि ते कुतूहलाने या प्रकाराकडे पाहत राहिले. त्यातून हंड्याखाली शिवाची मुद्रा कावरीबावरी आणि घाबरट दिसत होती. डोक्यावरचा हंडा अजिबात हलू न देता, तो सांभाळून चालत होता. एकसारखा इकडेतिकडे पाहत होता. एखाद्या भामट्याने उचलेगिरी करताना पाहावे तसे. अगदी बेताने, एकेक पाऊल टाकीत गडी निघाला होता. मग लोकांना शंका येऊ नये, तर काय व्हावे? त्यातून रस्त्यात त्याला नेमका नाना चेंगट आडवा आला.

नाना नेहमीप्रमाणे खांद्यावर रिकामी लोखंडी घागर घेऊन पाणी आणायला म्हणून ओढ्याकडे निघाला होता. त्याच्या पायाला कुरूप झाले होते आणि त्याला मांडीला बेचक्यात अवधाण आले होते. त्यामुळे तो लचकत, लंगडत चालला होता.

डोक्यावर भरलेला हंडा घेऊन तसाच लंगडत चाललेला शिवा जमदाडे पाहून नाना थांबला.

"ओ कंपनी, काय बेंड का?"

नानाला वरचेवर बेंडे होत असत. त्यामुळे कुणीही जरा अवघडून चाललेला दिसला की, याला बहुतेक बेंड झाले असावे, याबद्दल याची खात्री पटत असे.

शिवा जमदाडे हंडा सांभाळीत थबकला.

"काय म्हणालास?"

"न्हाई – बेंड झालंय का म्हनलं."

"अरे हॅट् –"

"मग आसा काय चाललाहेस? आन् आज तुझ्याकडं डिवटी आली का?"

"कसली डिवटी?" शिवाने कपाळाला आठ्या घातल्या. ही पीडा आजच वाटेत कशाला भेटली नेमकी?

"पानी आनायची."

"पानी?"

"पानी न्हाई तर मग काय है? हंड्यात काय राकेल भरून आनलंस काय?"
नानाला एकदम हसू फुटले.

नाना हे सहज बोलला, पण शिवा एकदम दचकला. पायाखाली आलेल्या दगडाची त्याला ठेच लागली. डोक्यावरचा हंडा हिंदकाळला आणि हंड्यातले पाणी एकदम बाहेर आले. ते शिवाच्या अंगावर तर थोडे सांडलेच, पण नानाच्या तोंडावरही त्याचे काही तुषार उडाले. 'अरारा...' करीत नानाने तोंड पुसले आणि त्याला रॉकेलचा वास आला.

"आयला, घासलेटचा वास? खरंच, घासलेट आनलंस काय हंड्यातनं?"

"उगा काहीतरी बडबडू नगो."

असे म्हणून शिवाने तेथून घाबऱ्याघाबऱ्या काढता पाय घेतला. घाईघाईने तो घराकडे आला. हंडा उतरून ठेवला. हंड्यात हाताला रॉकेलच लागत होते. आता मात्र बायकोची खात्री पटली. नवरा म्हणतो त्याप्रमाणे काहीतरी चमत्कार घडला आहे खास! ही बातमी अगदी गुप्त ठेवायची, कुणालाही तिचा पत्ता लागू द्यायचा नाही, हे तिने नवऱ्याला बजावून सांगितले. मग शिवानेही थोड्या वेळाने तीच गोष्ट तिला बजावून सांगितली.

दुपारी साळ्याची यशोदा शिवाच्या बायकोला सहज आढळायला म्हणून आली. दोघी एकाच वयाच्या होत्या आणि दोघींचेही माहेर एकाच गावातले होते. म्हणून त्यांचे जाणे-येणे होते. दोघींच्या अघळपघळ गप्पा बराच वेळ झाल्या. मग शिवाच्या बायकोने स्टोव्ह पेटवून आधण चढवले. चहा केला. चांगला कप भरून चहा यशोदेला दिला. चहा भुरकता-भुरकता यशोदा म्हणाली,

"तुझ्याकडे बरं बाई स्टो पेटतोय. आमच्याकडं गवरीवर वतायला घासलेट नाही."

शिवाची बायको ठसक्यात बोलली,

"अगं, घासलेट-घासलेट काय घेऊन बसलीस? आमच्याकडे काई कमी न्हाई. लागंल तिवढं घासलेट!"

"ते कसं? नवरा कुठं – त्या शेटजीकडं काम करतोय का?"

"मुडदा उचलला त्या शेटजीचा! त्यो घासलेट देतोय? तोंड बगा."

"आन् मंग? कुठनं आनतीस?"

"तुला काय करायचंय? तुला बाटली पायजे का फुल्? आठ आनं जास्त पडतील." यशोदेला काय, सगळ्या गावालाच घासलेट हवे होते. चार-आठ आणे जास्त देण्याची तयारी कुणीही दाखवली असती. त्यामुळे शिवाच्या बायकोने हे शब्द उच्चारल्याबरोबर यशोदेने प्रथम कान टवकारले आणि मग डोळे विस्फारले.

"आँ? आगं, मंग दे की. पैशे हैतच माझे तुझ्याकडं. घे कापून. पन घासलेट दे आधी."

"थांब आशीक."

असे म्हणून शिवाची बायको घरात गेली आणि दोन मिनिटांनी रॉकेलची भरलेली बाटली घेऊन बाहेर आली. यशोदेने जेव्हा हळूच पाहिले की, ही बाई आत गेली आणि कुठल्याशा हंड्यातून तिने बाटली भरली, तेव्हा तर तिने तोंडाचा 'आ'च वासला.

"अगं बया! आगं, खरंच दिलंस की घासलेट!"

"आपल्याकडं लबाड काय बोलनं न्हाई. तुला पुन्यांदा पायजे आसंल तर पुन्यांदा घिऊन जा. पन कुनाला बोलायचं न्हाई. ही गोष्ट तुझ्या-माझ्यात."

"मी कशाला सांगती गं –"

एवढे बोलून यशोदा बाटली घेऊन उठली आणि घरी गेली. तिने कुणालाही ही हकिगत सांगितली नाही. फक्त नवऱ्याला मात्र तिने एवढेच सांगितले की, शिवा जमदाड्याच्या घरी हंड्यात घासलेट भरून ठेवलेले आहे आणि त्याची बायको ते गुपचूप विकते. चार-आठ आणे जास्त घेते, एवढेच. एवढी महत्त्वाची बातमी नवऱ्यापासून चोरून ठेवणे तिला शक्यच नव्हते. बाकी मात्र तिने दिलेला शब्द तंतोतंत पाळला. यशोदेचा नवरा आणि आनशीचा नवरा हे एका चिलमीतले दोस्त. दोघे मिळून गांजा ओढायचे. त्यामुळे आनशीच्या नवऱ्याला ही गोष्ट आपोआपच समजली. त्याने ती फक्त आनशीला सांगितली. आनशी मग तशीच तरातरा उठली आणि बाटली घेऊन पुन्हा तरातरा परत आली. आता वाटेतच तिला आणखी एक-दोन बाया भेटल्या. त्यांना ती भरलेली बाटली आनशीच्या हातात दिसली. त्यांनी चौकशी केली. मग आनशीचाही निरुपायच झाला. गप्पाटप्पांच्या ओघात आनशीने त्यांनाही ही गुप्त गोष्ट उपकार म्हणून सांगितली. घासलेट कुठं मिळत नाही; पण तुम्हाला अगदीच जरुरी असली, तर शिवा जमदाड्याच्या घरी जा. तिथं हंड्यात घासलेट भरून ठेवलेलं आहे, ते तुम्हाला नक्की मिळेल – एवढेच तिने सांगितले.

जेवण झाल्यावर शिवा दुपारचा मारुतीच्या देवळात लवंडायला म्हणून गेला होता, तो संध्याकाळी परत येईपर्यंत गावातल्या बऱ्याचशा बायाबापड्यांत ही बातमी पसरली होती. दहा-पंधरा बायका घासलेट घेऊन गेल्या होत्या आणि हंड्यात आता ठणठणाट होता. एखाद्या दुकानदाराच्या आविर्भावात शिवाची बायको कुणातरी बाईला सांगत होती, "घासलेट आत्ताच उडालं हो. तुमी लवकर का नाही आला? आता उद्याच्याला दीन बगा. लवकर या हां, बरं का?"

हिरमुसल्या चेहऱ्याने रिकामी बाटली घेऊन ती बाई निघून गेली, मग शिवा

बायकोला म्हणाला, "आगं, तुला सांगितलं हुतं ना म्या – कुनाला एवढ्यात बोलू नगंस म्हणून?" बायको म्हणाली.

"मी न्हाई कुनाला बोलली. जी बाई आली, तिला फक्त गुपचूप दिलं. धा-पंधरा रुपये आलं बगा. आता उद्या लवकर घेऊन या एक हांडा. आं?" एवढे बोलून तिने रोख जमलेले पैसे नवऱ्याला दाखवले. वर एक प्रेमळ हास्य केले.

शिवाने कपाळावर हात मारून घेतला. मग जेवणखाण आटोपून; तो डोके शांत करायला म्हणून गणामास्तरकडे आला. गणामास्तरच्या कट्ट्यावर नेहमीची कंपनी बसली होती. आश्चर्य म्हणजे, याच गोष्टीची चर्चा सुरू होती.

नाना चेंगट गंभीर चेहरा करून सांगत होता,

"...मला सक्काळ-सकाळीच शंक्या आली हुती. शिवा हांडा घेऊन चालला हुता. त्यातलं पानी गपकन् माज्या तोंडावर पडलं, तवाच मला राकेलचा वास आला." बाबू पैलवान चिडखोर मुद्रा करून उगीचच पायाचे तळवे चोळत बसला होता. तो एकदम वसकन् ओरडला,

"गप रं चेंगट्या तू... लेका, हांड्यातनं राकील कुनी आनतं व्हय रे? उद्या तू म्हनशील, मी पोत्यानं बदाम-जर्दाळू आनलं. म्हनशील, का न्हाई?"

बाबूने हा प्रश्न इतक्या दमात विचारला की, नाना चेंगटाने ती गोष्ट एकदम कबूल केली. आपण असे एखाद्या वेळी नक्की म्हणू, हे त्याने चट्‌दिशी मान्य केले आणि पुन्हा शांतता प्रस्थापित केली. मग बाबू विजयी मुद्रेने म्हणाला,

"मला तर वाटतंय – ह्या शेटजीचं अन् शिवाचं काईतरी सूतगूत आसंल. शेटजीनं माल द्यायचा आन् ह्यानं तो परभाऱ्या इकायचा. मधलं खमिशन खायाचं–"

एवढ्यात शिवा जमदाडे तिथे येऊन पोचला.

"हे आले बगा, तुका म्हने – " असे म्हणून रामा खरातने त्याचे उपरोधिक स्वागत केले. रामाजवळच येऊन शिवा बसला. सगळ्यांकडे बघत राहिला. काही बोलला नाही. मग गणामास्तरानेच सुरुवात केली,

"शिवा, काय भानगड है? राकेल कुठनं इकतोस तू?"

शिवा काही बोलायच्या आतच मुद्रा प्रेमळ करून बाबू बोलला,

"समदं डिटेलवार सांग शिवा तू. राकील तू कुटनं आनलंस, कसं आनलंस, का आनलंस, काय काय आनलं – आं?"

"हंड्यात भरून आनलं." नाना मधेच बोलला.

"तू गप रे चेंगटू," बाबू गुरगुरला, "हां, शिवा, सोड गाडी –"

शिवाची खरं तर काहीच सांगण्याची इच्छा नव्हती. एवढा मोठा चमत्कार घडला होता; त्याचा कितीतरी फायदा झाला असता, पण आपल्या बायकोने सगळी घाण केली. एका दिवसात तिने ही गोष्ट गावभर करून टाकली. काय करावे? आता

सगळे सांगितल्याशिवाय गत्यंतरच नाही. याचा परिणाम उघडच आहे. लोकांना त्या विहिरीचा पत्ता लागायचा अवकाश – सगळं गाव तिकडं लोटेल. जो-तो बादल्या भरून घासलेट नेईल. आपल्याला कोण भीक घालणार? कुणाकुणाला अडवणार? मग आपल्याला पैसे मिळणार कुठून? सगळे खलास.

शिवाची मुद्रा अगदीच नाराज झाली होती. त्याचा चेहरा एखाद्या उपाशी गाढवासारखा दिसत होता. पहिल्यांदा तो लवकर काही बोलेचना. गणामास्तराने किती आग्रह केला, तरी तो काही सांगेना. शेवटी डोळे वटारून आणि भुईवर एक बुक्की मारून बाबू म्हणाला, "आता शिव्या सांगतोस घडाघडा, का उलथनं आणून तोंड उचकटू तुजं?"

"म्हंजी त्याचं काय झालं –"

असे म्हणून त्याने डोळे आत नेले. थोडका विचार केला. मग हळूहळू सगळी हकिगत सांगितली. हंडाभर तेल घरी आणले इथपासून बायकोने काय काय उद्योग केला, तेही वर्णन करून सांगितले. शिवाची ही हकिगत ऐकून सगळे चकित झाले. एकमेकांकडे पाहत राहिले. विहिरीत रॉकेल सापडले? हा काय चमत्कार? का शिवा खोटे बोलतो आहे? बहुधा तसेच असावे.

बाबू तर फारच खवळला.

"लेका, ल्हान लेकरं समजला व्हय रे आमाला, काईबी बाता मारायला?... हिरीत कुठं घासलेट सापडतं? उद्या तू म्हणशील, आडात बासुंदी निघाली!" शिवाही चिडला.

"है हे खरं सांगितलं है... नसला इस्वास, तर बसा बोंबलत."

तेवढ्यात गणामास्तराने मध्यस्थी केली.

"हातच्या काकनाला आरसा कशाला? उद्याच्याला जाऊन बघू या. मग तर खात्री पटंल का नाही?"

"हां, बगा की मी म्हणतोय ते खरं का खोटं." मग बाबूही शांत झाला. त्याचा राग गेला. पण त्याचे आश्चर्य अजून ओसरले नव्हते.

"पण मी म्हणतो गणामास्तर –"

"हिरीत राकील निघंलच कसं? – आसंच ना?"

"हां, तेलाची हीर कुटं आसती का?"

"आसती."

"आं –?" बाबूचे सगळे शरीर विस्फारले.

आता गणामास्तराची मुद्रा एकदम उजळली. अधिकारदर्शक सुरात तो म्हणाला, "तेलाची विहीर असती बाबा. परवाच पेपरमधी वाचलं मी. तू नव्हतास त्या टायमाला. मुंबईजवळ 'बांबे हाय' म्हणून तेलाची हीर आपल्या लोकांना सापडली आहे –"

"कुटं?"

नाना चेंगट नेहमीच्या उत्साहाने एकदम पुढं सरकून बोलला, "है ठावं, समुद्रात हीर सापडलीया. तीच न्हवं?"

"समुद्रात हीर? चेंगट्या, तुजं डोसकंच तिरपागडं है. थांब, सरळ करतो –" असे म्हणून बाबू एकदम चेंगट्याच्या दिशेने धावला. चेंगटाने तेवढ्यात चपळाई करून गणामास्तरचा दरवाजा गाठला. आत जाऊन दार धाडकन् लावून घेतले. त्यामुळे बंद दरवाजावर बाबू एकदम आदळला. त्याच्या डोक्याला चांगल्याच झिणझिण्या आल्या. तो त्या तावात आतही घुसणार होता आणि मग नानाची धडगत नव्हती. पण तेवढ्यात गणामास्तराने बाबूचा हात धरून त्याला खाली बसवले. समजावून सांगितले – "चेंगट राईट बोललेला आहे. समुद्रातच हीर सापडलीय. त्याच्याकडं काई चुकी न्हाई –"

हे ऐकल्याबरोबर बाबू पुन्हा थंड झाला. चोरासारखा चेहरा करून गप्प बसला. गणामास्तरच्या बायकोने आत एकदम आरडाओरडा केल्यामुळे चेंगटही पुन्हा दार उघडून बाहेर आला.

पुन्हा वातावरण पहिल्यासारखे झाले. मग गणामास्तराने सूत्रे पुन्हा आपल्या हाती घेतली.

"तर सांगायचा मुद्दा एवढाच की, आपल्या लोकास्नी तेलाची हीर सापडलीया. भर समुद्रात – अगदी खरी गोष्ट है. आजून अशा हिरी कुटंकुटं घावत्यात, हे हुडकायचं काम चालू आहे."

मग गणामास्तरने मंडळींना सविस्तर बातमी सांगितली. मुंबईजवळच्या समुद्रात तेलाची विहीर आपल्या हुशार लोकांनी बरोबर हुडकून काढली. तिचे नाव 'बाँबे हाय' असे आहे. अशा विहिरी आणखीही कुठंकुठं आहेत म्हणतात, त्याचा पत्ता लावण्याचे काम जारीने चालू आहे. या विहिरी पूर्वी कुणी खोदल्या आणि भर समुद्रात त्यांना हे खोदकाम कसे काय करता आले, हे मात्र कुणालाच अजून नीटसे ठाऊक नाही. पण या विहिरी आता सापडताहेत, एवढी गोष्ट खरी. परवा तर समुद्रातल्या एका विहिरीला मोठी आग लागली होती. समुद्रातील पाण्यानेही ती विझली नाही. कदाचित खाऱ्या पाण्याने आगी विझत नसाव्यात.

गणामास्तराच्या सांगण्यातील शेवटचा मुद्दा असा होता की, अशीच एखादी विहीर आपल्या भोकरवाडीत पण सापडली असेल. शिवा जमदाड्याचे नशीब, म्हणून त्याच्याच विहिरीत हे तेल निघाले. असली तेले पृथ्वीच्या पोटात दबा धरून बसलेली असतात. वाट मिळाली की वर येतात. तसेच काहीतरी झाले असेल. या योगायोगाच्या गोष्टी आहेत. 'बाँबे हाय'सारखे हे 'भोकरवाडी हाय' असेल. पण सगळ्या गावालाच याचा फायदा होण्यासारखा आहे. मात्र शिवा जमदाड्याने थोडे

सबुरीने आणि शहाणपणाने घेतले पाहिजे. सरकारकडे ही गोष्ट वेळेवर कळवली पाहिजे. शिवाला मग जबरदस्त फायदा होण्यासारखा आहे. त्याने एक तेल कंपनीच काढावी, हे उत्तम.

गणामास्तराचा हा लांबलचक पण मार्मिक खुलासा ऐकून सगळीकडे एकदम सन्नाटा पसरला. बाबू पैलवानाची तर दातखीळच बसली. नाना चेंगटाला शिवाचा फारच हेवा वाटला. तेलाची सबंध विहीर मालकीची, म्हणजे काय झाले? दाब चान्स मारला जमदाड्याने. आपल्याला अशी विहीर कुठून सापडणार? जमिनीचा एक तुकडा मालकीचा नाही; मग विहीर कुठली? नशीबच साले दळभद्रे आपले. ह्यॅ:! अशी तेलाची विहीर सापडली असती तर? अहाहा! मग ते ओढ्याचे मचूळ पाणी रोज कोण भरीत बसतो? रोज एक घागरभर तेल काढायचे आणि ते विकून राजासारखे निवांत राहायचे. तेवढ्यात शिवाने आपला विचार पूर्ण केला. डोळे बारीक करून खासगी आवाजात तो म्हणाला,

"ही बातमी आता आणखी पर्कूलेट करू नका. हीर माजी – कबूल. पण आपल्या समद्या कंपनीला मी वाटा दीन की. मला तरी एकट्याला हे समदं रेटतं काय?" त्याबरोबर सगळ्यांचे चेहरे एकदम उजळले.

"म्हंजे? कसं-कसं म्हनतोस गड्या?"

"गणामास्तर, तू म्हनतोस तसं का हुईना शेवट. एक तेल कंपनीच आपुन काढू. तू हिशेबठिशेब ठिव. बाबू, तू हिरीची राखण करायची –"

"ते आपल्याकडं लागलं –" बाबूने छातीवर हात ठेवला.

"ह्यो चेंगट तेलाच्या घागरी गावात आणील. मी इकीन. अन् रामा – तू रं?"

रामा खरात इतका वेळ बिडीचा धूर काढीत न बोलता देवासारखा गपचिप होता. धुराची एक सुळकांडी हवेत सोडून तो गंभीरपणे म्हणाला, "मी व्हय?... मी – आपली समदीकडची देखरेख. कुटं काय पायजे, कुटं काय कमी जास्त... एवढं बगीन."

"चालेल."

अशी बोलणी झाली. उद्या सकाळी शिवा जमदाड्याच्या विहिरीकडे सगळ्यांनी गुपचूप जायचे आणि या सगळ्या गोष्टीची नीट शहानिशा करून घ्यायची, हे ठरले. शिवाने शपथेवर सांगितल्याप्रमाणे ती तेलाची विहीरच असेल, तर मग 'भोकरवाडी हाय' म्हणून एक तेल कंपनीच आपण सगळ्यांनी मिळून काढायची, हेही सगळ्यांनी एकमताने मान्य केले. तेलाची आपल्याला नीटशी माहिती नसल्यामुळे गावातील यम्या तेल्यालाही यात आपण भागीदार करून घ्यावे, असे सुचविण्याचे चेंगटाच्या मनात एकदा येऊन गेले होते. पण पूर्वी केव्हा तरी उधारीवरून त्याची आणि बाबूची जोरदार भांडणे झाली होती, म्हणून तो काहीच बोलला नाही. गणामास्तराने

आणखीही काही गमतीदार माहिती पुरवली. आपल्या महाराष्ट्रात अनेक 'शुगरकिंग' आहेत. तिकडे मध्य प्रदेशात कुणी तरी एक 'बिडी-किंग' आहे. निपाणीकडं कुणीतरी एक 'तंबाखू-किंग' म्हणून राज्य करतो म्हणतात. ही तेल कंपनी जर जोरदार चालली, तर आपण सगळे शिव्या जमदाड्याला पण 'घासलेट-किंग' म्हणून जाहीर करून टाकू.

हे ऐकल्यावर शिवाला भलत्याच गुदगुल्या झाल्या. इथे येऊन सगळे सांगून टाकले हे बेस झाले, हे त्याला पटले. तसे सगळेच खुलले होते. येऊन-जाऊन नाना चेंगट थोडा हिरमुसला होता. पण राखणीच्या काळात बाबू झोपणारच, हे त्याच्या नंतर लक्षात आले. बाबू झोपला म्हणजे एखादी घागर गुपचूप आपल्याला नक्कीच मारता येईल. ती परभाऱ्या घरी नेली की आपलेही भागले, हे त्याच्या ध्यानात आले आणि त्यालाही मग उत्साह आला. या सगळ्यात गणामास्तरची एक सूचना महत्त्वाची होती. हा सगळा प्रकार कायदेशीर झाला पाहिजे. म्हणून आपण सरकारला शक्य तितक्या लवकर ही बातमी कळवायची, म्हणजे मागून काही भानगड नको.

हेही ठरले. उद्या सकाळी त्या विहिरीजवळ सगळ्यांनी जमायचे, हेही पुन्हा एकदा बोलून झाले. मग बैठक संपली. जो-तो घराकडे गेला.

प्रत्येकाला घरून सूचना मिळालीच होती. म्हणून सकाळी प्रत्येक जण शिवाच्या रानात विहिरीकडे आला तो एक रिकामी बाटली हातात घेऊनच. चेंगटाने तर डालडाचा मोठा डबाच आणला होता.

– पण काय आश्चर्य!... सरकारला ही बातमी आधीच कळली असावी, असे दिसले! कारण सकाळी मंडळी शिवाच्या विहिरीजवळ पोचली तेव्हा पोलिस खात्याची एक सरकारी जीप तेथे उभी होती. विहिरीच्या काठाने पाच-सहा पोलीस उभे होते आणि वाकून-वाकून आत पाहत होते. तालुक्याच्या गावचे कुणीतरी एक-दोघे व्यापारी धरून आणल्याप्रमाणे तिथं उभे होते. त्यांच्या मुद्रा घाबरलेल्या होत्या. गावातला शेठजीही त्यात दिसत होता.

ही काय भानगड आहे? सरकार या व्यापाऱ्यांना तेल काढायचे कंत्राट देणार आहे की काय? तसे झाले तर आपली कंपनी निघायच्या आधीच खलास!

एवढ्यात साहेबासारखा ड्रेस केलेल्या एकाने दरडावून त्या व्यापाऱ्यांना विचारले, "हीच का ती विहीर?"

एका व्यापाऱ्याने पांढऱ्या टोपीसकट मुंडी हलवली. "हां, हीच –"

तेवढ्यात चेंगट उत्साहाने पुढे सरकला. हसून साहेबाला म्हणाला, "हीच हीर ना सायेब? भोकरवाडी हाय हाय!"

गणामास्तराने चेंगटाला मागच्या बाजूला चिमटा काढला.

"भोकरवाडी हाय हाय न्हवं लेका –"

"मंग?" चेंगटाने हळूच विचारले.

"भोकरवाडी हाय –" मास्तरनेच मग साहेबाला पुन्हा एकदा नीट सांगितले.

"भोकरवाडी हाय?" साहेबाने चमत्कारिक दृष्टीने या नव्या मंडळींकडे पाहिले. प्रत्येकाच्या हातात बाटली होती. तोंड वाकडे करून साहेब जमादाराला म्हणाला, "हे दारूडे सक्काळचे कशाला जमलेत हितं? हाकला त्यांना –"

"आमी दारूडे न्हाई साहेब –" बाबू एकदम खवळला. तेवढ्यात जमादाराने साहेबाच्या पाठीमागून हळूच हाताने समजूतदारपणाची खूण केली. इथं उभा राहू नका, म्हणून सुचवले. सगळी मंडळी थोडी मागे हटली, इतकंच. मग जमादार म्हणाला,

"असू द्या साहेब, पंचनाम्याला हुतील."

"ठीक आहे, ठीक आहे. ते बगू मागनं –" एवढे बोलून साहेब पोलिसाकडे वळला.

"अरे, तुम्ही काठावरच का अजून? एक-दोघे ड्रेस काढून उतरा ना खाली. मुद्देमाल काढला पाहिजे बाहेर."

पंचनामा?... मुद्देमाल? ही काय भानगड मधेच उपस्थित झाली? कुणालाच काही कळेना. मग बाबू पैलवान पुढे झाला. साहेबाला सलाम ठोकून त्याने गरिबीच्या सुरात चौकशी केली,

"काय सायेब, काय भानगड है?"

व्यापाऱ्यांकडे बोट करून साहेब म्हणाला, "ही हरामजादी जात आहे ना! रॉकेलचा मोठा साठा करून काळा बाजार करायचा. पब्लिकचा आन् आमचा जीव खायचा –"

"मग?"

"आम्ही धाड घालायच्या आत माल पळवला साल्यांनी. डबेच्या डबे या विहिरीत आणून टाकले. ढुंगणावर लाथा घातल्या, तेव्हा कबूल झाले साले. आता बघतो एकेकाकडे. थांबता काय पंचनाम्याला?" हे ऐकल्यावर 'भोकरवाडी हाय' कंपनी एकदम मोडीत निघाली. हळूहळू मागे सरकत-सरकत सगळे धूम पळाले. मागे वळूनदेखील न पाहता गावाच्या दिशेने तुफान पळत सुटले.

□

गुप्त धन

अलीकडे नाना चेंगटाची परिस्थिती फारच बिकट झाली होती. थोरल्या भावाची मिळकत मुळातच जेमतेम. शेतीचा एवढासा तुकडा. त्यावर वर्षभर कसेबसे भागायचे. पण या दोन-तीन वर्षांत पावसानं फारच ओढ दिली होती. दोन वर्षे दुष्काळाचीच होती, म्हटले तरी चालेल. घरात खाणारी तोंडे वाढली होती. मग नानाची परिस्थिती बिकट न होईल तर काय होईल? थोरली भावजय सारखी त्याला टोचून बोलत होती. नानाला घरात निवांत बसणे अशक्य झाले होते. तुकडा खाऊन झाला की, तो सरळ बाहेर धूम ठोकायचा. कुठेतरी देवळात बस, गणामास्तरच्या ओट्यावर जाऊन वेळ काढ, आनशीच्या घरावरून उगीचच एक-दोन चकरा टाक – असे त्याचे काहीतरी चालले होते. हे काही खरे नाही राजा. पैसे मिळाले पाहिजेत, दाबून पैसे मिळायला पाहिजेत; तर हा वनवास संपेल. भावजयीचे थोबाड बंद होईल. नाहीतर कठीण आहे. पण हे पैसे मिळणार कुठून?

नानाला काही उत्तर सापडत नव्हते. कधी तो नाकाला जीभ लावून नुसता विचार करीत बसून राहायचा, तर कधी निवांत झोपून विचार करायचा. पण उत्तर सापडत नव्हते.

त्या दिवशी दुपारी नाना असाच मारुतीच्या देवळात आडवा झाला होता. हवेत उकाडा होता. जीव तगमगत होता. त्यामुळे खालची गार फरशी अंगाला बरी वाटत होती. डोळ्यांवर झकास गुंगी यावी, असाच सगळा थाट होता. बाहेर आभाळ आले होते आणि नाना चेंगट फरशीवर लोळत आपल्या भावी काळाचा विचार करणार होता. पण त्याआधीच त्याचा डोळा लागला. अगदी गाढ झोप.

झोपेत नानाला नेहमीच गोड स्वप्ने पडत. आजही झोपेत त्याला फार गोड स्वप्न पडले. कुठला तरी एक राजवाडा. या राजवाड्यात आपण सिंहासनावर बसलो

आहोत. डोक्याला मंदिल, अंगात भरजरी पोषाख, गळ्यात कंठा. शेजारी शिपाई अदबीने उभे आहेत आणि समोर एक सुंदर बाई नाच करते आहे. नानाने तालुक्याच्या गावी दोन-तीनदा असलेच दृश्य निरनिराळ्या सिनेमांतून पाहिले होते. हा देखावा त्याला फार आवडायचा आणि तसली स्वप्ने त्याला नेहमी पडायची. फरक एवढाच की, या स्वप्नात त्या सिंहासनावर तो स्वत: बसलेला असायचा.

आजही तोच सुंदर राजवाडा होता, तोच मंदिल आणि भरजरी पोषाख. आणि तीच सुंदरी त्याच्यासमोर मोहक हावभाव करीत नाचत होती. मात्र, आज त्या सुंदरीने कमालच केली. नाचता-नाचता ती अगदी नानाच्या जवळ आली. अगदी खेटून बसली. मग तिने नानाच्या कपाळाचे चुंबन घेतले. पुन:पुन्हा घेतले. चुंबनामागून चुंबने. अगदी लाईनच लागली.

आनंदातिशयाने नाना गुदमरला. त्यानेही तिला एकदम मिठी मारली. एकदम 'क्यँव...' असा आवाज झाला. त्यापाठोपाठ 'भोऽऽभो...' असाही आवाज ऐकू आला आणि त्या सुंदर स्वप्नातून नाना एकदम जागा झाला. दचकून इकडे-तिकडे पाहत राहिला. क्षणभर त्याला काही उमजेना. मग त्याने डोळे चोळून बघितले.

नेहमी देवळात बसणारे एक भटके कुत्रे त्याचे कपाळ चाटीत होते! नानाने त्यालाच मिठी मारायचा प्रयत्न केला होता. त्यामुळे ते क्यँव... करून ओरडले होते! हात् तुमच्या मी –

नानाचा चेहरा एकदम पडला. मग एकदम खवळून त्याने कुत्र्याच्या पाठीत एक दणका घातला.

"अरे, हाड् हाड्!... हकाल... हाड्!"

त्याबरोबर ते कुलंगी कुत्रे तेथून सुसाट पळाले. देवळाच्या पायऱ्या उतरून रस्त्याने थेट पळत गेले. नानाने सुटकेचा नि:श्वास सोडला.

एवढ्यात कुणाचा तरी हसण्याचा आवाज ऐकू आला. चमकून त्याने त्या दिशेला पाहिले.

जवळच देवळाच्या कट्ट्यावर कुणीतरी बसले होते. मळके धोतर, रुमाल, कपाळाला मोठेच्या मोठे गंध. कुणीतरी परगावचा प्रौढ माणूस होता. त्याच्या डोळ्याला चाळिशी होती आणि बरोबर कागदपत्रांची भरलेली एक पिशवी. हा कोण माणूस बुवा? या देवळात का बसला आहे? त्याने पाहिले की काय? धोतर नीटनीटके करून नाना उठून बसला. त्याने पहिल्यांदा मोठी जांभई दिली. तोंडासमोर बोटाने चुटक्या वाजवल्या. हळूच त्या माणसाकडे शोधक दृष्टीने पाहिले. मग रामराम केला. अगदी हसून.

"रामराम हो –" त्याही माणसाने रामराम केला.

"रामराम."

"कोन म्हनायचे आपुन?"

"परगावचा है –"

असे म्हणून त्या परक्या माणसाने नानाच्या अवताराकडे शोधक दृष्टीने पाहिले. त्याच्या डोळ्यांत कुतूहल होते. तोंडावर मिस्कील भाव होता.

"काय झोप हो? कुत्रं कपाळ चाटतंय तरी सुद्ध न्हाई तुमाला? भले...."

नाना शरमून म्हणाला, "त्याचं काय है –"

"काय?"

"हितं मला लै गाढ झोप लागली! आन् कुत्री आमच्या गावातली लै म्हंजे लैच बारागंड्याची हैत. झोपंत धोतर बी वढून नेतील!" तो माणूस हसला. नानाकडे बघत राहिला. मग म्हणाला,

"का रं बाबा, दुपारचा हितं झोपलास? मी सांगू कारण?"

"सांगा की –" नानाची उत्सुकता चाळवली.

"लै कष्टी हैस मनातनं. जिवाला फार दु:ख आहे. जे करंल, त्यात आपेश येतंय."

"अगदी बरोबर..." नानाला आश्चर्य वाटले. "तुमाला कसं काय कळलं?"

"बाबा, तोंडावरनं माणूस वळखतो मी. मागचं-पुढचं बराबर सांगतो."

एवढे बोलून त्या माणसाने पुढे बराच वेळ बडबड केली. त्यावरून नाना चेंगटाला समजले की, हा माणूस म्हणजे साधासुधा असामी नव्हे. अख्ख्या होल इंडियात प्रसिद्ध असलेला असा तो ज्योतिषी आहे. सध्या काशीहून रामेश्वरला पायी चाललेला आहे. वाटेत योगायोगाने भोकरवाडी गाव लागते. म्हणूनच घटकाभर थांबला आहे, इतकेच. एरवी असल्या ठार खेडेगावात तो कशाला येतो? हा ज्योतिषी पत्रिका बघतो, हात बघतो... एवढेच नव्हे, तर नुसते तोंड बघून भविष्य सांगतो. अन् असे तसे नव्हे, अगदी करेक्ट सांगतो. तशी त्याची फी जबरदस्त आहे. पण नानाची परिस्थिती जाणून त्याला पाच रुपये दिले, तरी संतुष्ट होण्यासारखा आहे. मात्र या पाच रुपयांत तो जे काही सांगेल, ते पृथ्वीमोलाचे असेल. ते कधीही खोटे होणार नाही. कारण पैशासाठी काहीतरी गोडगोड बोलणे, हे त्याच्या स्वभावात नाही.

नाना पडेल चेहऱ्याने बोलला,

"ते समदं खरं, पण मी पाच रुपयं आनू कुठून? सध्याच्याला रोकडा अजिबात न्हाई –"

ज्योतिषीबुवा थोड्या नाराज मुद्रेने बोलले, "ठीक आहे, तीन दिलेत तरी चालतील. परिस्थिती बघून मी कन्सीशन देत असतो."

"अहो, दातावर मारायला पैसा न्हाई –"

"दोन?"

"ऊं हूं."

"बरं, एक?"

नानाने आता मात्र निर्वाणीचा विचार केला. त्याच्या सदर्‍याच्या खिशात एक चुरगाळलेली, फाटलेली रुपयाची नोट होती. ती चालेना म्हणून गणामास्तराने त्याला दाखवली होती आणि "मी चालवून बघतो –" म्हणून नानाने ती खिशात ठेवली होती. ती द्यायला काय हरकत आहे? घेतली तर बरेच झाले. नको म्हणाला, तर परत आपल्या खिशात टाकायची. ही आयडिया चांगली आहे.

नानाने मनातल्या मनात विचार केला. खिशातली रुपयाची नोट काढून त्याच्यासमोर धरली.

"हाय हे एवढं हाय बगा. जमतंय का?"

ज्योतिषीबुवांनी ती नोट हातात घेतली. नोट न्याहाळली. मग तशीच खिशात टाकली. "ही नोट है ना, तशीच परिस्थिती तुझी झाल्याली है. खरं का खोटं? किंमत असून कुनी इचारत न्हाई. खरं का न्हाई?"

"अगदी खरं."

हळूहळू नाना त्याच्याजवळ सरकला. त्या माणसाने तोंड न्याहाळले. नानाने हळूच तोंडाचा थुंका पुसला. मग नाकही साफ केले. मग हात पुढे केला. ज्योतिषीमहाराजांनी हातही हातात घेऊन पाहिला. कुठल्या कुठल्या रेषा बघितल्या. विचारमग्न मुद्रा केली.

नाना नुसता त्याच्याकडे बघत राहिला होता. एकदा आपल्या हाताकडे, एकदा त्याच्या तोंडाकडे.

"काय, है का आमच्या नशिबात गठुडं?"

"चमत्कार आहे!" हाताकडे पाहत बुवांनी मुंडी हलवली. कौतुकाने नानाच्या तोंडाकडे पाहिले. पुन्हा मुंडी हलवली. नानाने तोंड वासले.

"कसला चिमत्कार?"

"आजवर लै कष्ट केलं. लै गरिबीत दिस काढलं –"

"एकदम खरं!"

"लै जणांकडून बोलून घेतलं –"

"व्हय की."

"पण खायला-प्यायला कमी न्हाई पडलं –"

"तशी आमची भावजय वाईट न्हाई हो. बोलती लै, पण जेवाय-खायची आब्दा न्हाई करीत." नानाने होकारार्थी मान हलवली.

"भावाभावाची माया लै हाय."

“हाय खरी. थोरला भाऊ माजा –”

“तू धाकला हैस –” बुवा अधिकारवाणीने बोलले.

“अगदी खरं.” नानाला आश्चर्य वाटले. इतकं कसं डीटेलवार बरोबर सांगतो?

“आतापर्यंत सांगितल्यालं पटलं?”

“पटलं की.”

“लहानपणी तू एकदा फार बीमार पडला हुतास –”

“अहो, एकदा का? लैंदा म्हनलं तरी चालेल.”

“तेच म्हणतो मी. सारखा आजारी... सारखा आजारी. त्यानंच ही देहाची खराबी झाली –”

“अगदी करेक्ट हो! तुमला कसं काय कळलं?”

“बाबा, आमाला समदं कळतं. भूत-भविष्-वर्तमान–” बुवाने एक सिगारेटची कागदी पेटी खिशातून काढून त्यातून एक कळकट विडी बाहेर काढली. काडी ओढून ती पेटवली. फस्कलासपैकी धूर काढला. मोठ्या रुबाबात तो दुसरीकडे दृष्टी लावून बघत राहिला. मग म्हणाला, “पैका तुझ्या नशिबात है, पन –”

“पन काय?”

“तुझं पालथं नशीब आड येतंय –”

“ते पयल्यापासनं तसंच है –” नाना कळवळून म्हणाला, “पालथ्याचं उलथं कधी हुईल, ते सांगा.”

“ह्या गावात गुप्त धन है – त्यो पडका वाडा है ना, तिथं!”

“आँ? त्यो देशमुखाचा वाडा है –”

“त्योच. तिथचं है. कुठं है, किती है – मी सांगत न्हाई, पण ते तुझ्या नशिबात है. घावलं तर तुलाच घावंल. दुसऱ्या कोणाला घावणार न्हाई.” बुवाने चेंगटाला आणखीही माहिती पुरवली. भोकरवाडीत अनेक जुनी घरे आहेत. पडीक वाडे आहेत. उकीरडे आहेत. जुने मोडकळीस आलेले गावकूस आहे. त्याची तटबंदी कुठेकुठे शिल्लक आहे. झालंच तर, हागंदारी आहे. ओढ्याकाठी डगर आहे. यात अनेक ठिकाणी गुप्त धन आहे. देशमुखाच्या वाड्यात तर नक्कीच आहे. पूर्वीच्या लोकांनी ते पुरून ठेवलेले आहे. कदाचित तो हंडा असेल. कदाचित तो एखादा रांजण असेल. मोहरा-पुतळ्या, रुपये असल्या वस्तू त्यात असतील. कदाचित सोने-नाणे, चांदी, हिरे-माणिक असले काहीतरी असेल. काय असेल ते सांगता येणार नाही. त्यासाठी पुष्कळ मंत्र-तंत्र, साधना करावी लागेल. त्याला खर्चही बराच येईल. तो नाना करणार असेल तर हे धन कुठे आहे, किती आहे, कसे मिळेल याचा पत्ता लावता येईल. पण खर्च मात्र करावा लागेल. निदान एक शंभराची नोट तरी आवश्यक आहे. त्याची व्यवस्था होत असेल, तर आपण मुक्काम वाढवू. केवळ

चेंगटाच्या आयुष्याचे कल्याण व्हावे म्हणून, नाहीतर मग चाललो. तेव्हा काय करतोस ते पाहा.

बाबू पैलवानाने एकदम उशी करून आपटल्यावर जशी अवस्था व्हायची, तशी नाना चेंगटाची झाली. शंभर रुपये आणायचे कुठून? इथं रुपयाला महाग आपण. त्याची मुद्रा कशीबशी झाली.

बुवा म्हणाले, ''मग जमतंय का?''

''अंहं....''

क्षणभरानं चेंगट बेरकी चेहरा करून एकदम म्हणाला,

''तुमी आसं करता का?''

''कसं?''

''सध्याला पैसे तुमी घाला. माझ्याजवळ तर शिवराई न्हाई, का दमडी न्हाई. एक हिरवी नोट तुमी घाला. रांजण घावला की दामदुप्पट परत. कसं?''

बुवांनी मान हलवली.

''आं हां – न्हाई तसं करता येत –''

''का?''

''आम्ही ज्योतिषी पडतो. आमी यात पडायचं नसतं. हे ज्येचं-त्येनं करायचं असतं. आसलं तुमच्या कर्मात तर मिळंल – न्हाईतर न्हाई.'' हिरमुसल्या चेहऱ्याने नानानेही थोडा विचार केला. मग खचलेल्या स्वरात म्हणाला, ''जाऊ द्या. न्हाई जमत. आसलं माझ्या नशिबात तर गुप्त धन जाईल कुठं? आपसुक चालत यील.''

''खरं आहे.''

असे आणखी काही बोलणे झाले. पण निष्पन्न काहीच झाले नाही. नाराज मुद्रेने बुवाही उठून गेला आणि नानाही परत घराकडे आला. पण त्याच्या डोक्यात तो विषय घोळत राहिला.

काय करावे? ही बातमी आपल्या कंपनीला सांगावी का? सांगितल्यावर काय परिणाम होईल? बाबू काय म्हणेल? समजा हंडा सापडला अन् बाबूनेच तो उचलून डोक्यावर घेतला तर? आपण बसलो का मग ठणाणा करीत? अन् नाही सापडला तर तो आपल्या नावाने ओरडेल. टवाळी करेल.

संध्याकाळी गणामास्तराच्या घरी बैठक जमली, तेव्हा बाकीचे सगळे जमले होते. एकटा बाबू पैलवान अजून आला नव्हता. ते पाहून नानाची कळी एकदम खुलली. बाबू आला नाही तोवर ही गोष्ट सांगून टाकावी, असे त्याला सारखे वाटू लागले. देशमुखाच्या पडक्या वाड्यात गुप्त धन आहे आणि ते आपल्याला मिळण्यासारखे आहे, हे सांगायचे का?

चेंगटाने हळूहळू ही गोष्ट काढली. दुपारी आपल्याला एक परगावचा मनुष्य

कसा भेटला, तो ज्योतिषी कसा निघाला, आपल्या नशिबात गुप्त धन कसे आहे, इ. इ. सगळा खुलासा त्याने केला. शंभर रुपये कमी पडले. नाहीतर बाकीच्या गोष्टीही झाल्या असत्या, हेही त्याने सांगून टाकले. गणामास्तर गंभीरपणे बोलला, "हे बघ नाना, गुप्त धन आसतं, पण सांगणारा मानूस हुषार पायजे, हां! हे बग नाना, कुनी काईबाई सांगतं, आपुन उगीच खरं मानू ने. हे पैसे काढायचे धंदे आसत्यात मर्दा." नानाचे डोळे एकदम चमकले.

"म्हणूनच म्या न्हाई म्हणून सांगितले त्याला. न्हाईतर शंभर रुपये मागितले तर तुमी कुनी न्हाई म्हनाला असता का?... बाबूनं तर पयले दिले आसते."

रामा खराताने बिडी विझवली. शिलकी धूर सोडून तोंड रिकामे केले.

"त्यो गेला का?"

"कोन?"

"त्यो सांगणारा – मंत्रतंतरवाला?"

"कवाच गेला."

"हात् मर्दा – अरं, मला मागायचं, मी सुदिक दिलं असतं."

गणामास्तर म्हणाला,

"मी सांगतोय काय आन् तुम्ही बोलताय काय? सांगणारा माणूस जानकार पायजे. लैंदा ही फसवाफसवी असती बाबा. मागं मी असाच फसलो."

"ते कवा?"

"झाली धा वरसं. एक जण असाच भेटला. मला म्हनला – एक नोट दे. तुला दोन नोटा करून देतो. दुप्पट पैशे."

"मग?"

"पयले एक-दोन दिले. मग मी पन्नास दिलं. उद्या ये म्हनला. शंभर घेऊनच जा. कशाचे शंभर आन् काय – रातचंच साधुमहाराज पशार... तवापास्नं कानाला खडा. खडा न्हवं, कानाला गोटीच लावली."

शिवा जमदाडे इतका वेळ गप्प होता. आता तो पुढे सरसावला.

"पण गणामास्तर, गुप्त धन आसतं, ही गोष्ट तर खरी. काईकाईंना घावतंच. नशिबात मात्र पायजे. तुकाराममहाराजांनी म्हनल्यालंच है –"

"काय म्हनल्यालं है?" रामाने संशयी मुद्रेने शिवाकडे पाहत विचारले, "कुठलीही गोष्ट निघाली तरी तुकाराममहाराजांनी काहीतरी म्हटलेलंच असते, हे कसे? का शिवा जमदाडे लेकाचा त्याच्या नावावर काही पण सांगतो?"

"व्हय रे, बोल की, काय म्हनल्यालं है?" शिवाला नेमके काही आठवेना. तो चाचरला. मग एकदम त्याला काहीतरी सुचले. विचार करून तो ऐटीत म्हणाला, "तुला काय वाटतं, मी लबाड बोलतो व्हय? म्हनल्यालं है –"

"काय?"

"आमा घरी धन शब्दचिच रत्ने!... कळलं? झालंच आपलं तर 'सपनीचे धन' आसं बी म्हटल्यालं है. सांगू अजून? 'गुप्त ते गुप्त जानावे.' आता बोल."

रामाच्या तोंडावर भराभर अशी वचने फेकल्यावर रामा गप्प बसला. कारण त्याला 'तुकाराममहाराज' या शब्दापलीकडे कसलीही माहिती नव्हती; मग अभंगाची ओळ आठविण्याचे तर सोडाच! मग शिवा जमदाड्याने विजयी मुद्रा धारण केली.

"तर 'गुप्त धन' आसतं बाबांनो. जरा तरी इस्वास ठिवा. फकस्त नशिबात पायजे." गणामास्तर म्हणाला, "चेंगट, तुझ्या नशिबात –" एवढ्यात चेंगटाच्या पाठीत एक जोराचा दणका बसला आणि या क्षणी आपल्या नशिबात काय आहे, हे त्याला बरोबर कळलं. नुसत्या दणक्यावरूनच त्याला कळले की, बाबू आला. आता काही आपली धडगत नाही. नक्की बाबूच हा! मागे वळून न पाहता चेंगटाने ओळखले. कारण बाबूचा हात आणि त्याची पाठ यांचे मेतकूट नेहमीच फार सुरेख जमत असे. हाताची ओळख पाठीला पटली. बाबू चेंगटाजवळ मांडी घालून बसला. पण चेंगटाच्या मांडीवर एक प्रेमळ थाप हाणून बोलला, "काय चेंगटू, कसं काय?" भेदरलेला चेंगट हळूहळू लांब सरकत म्हणाला, "है की, बरं है –"

"तुजं बेंड बरं झालं का?"

"मागंच –"

"हयगय करू नकोस आं. न्हाई तर बेंडावर बेंड उटतं बग – लै ताप हुतो. मग हितं बसायबी यायचं न्हाई."

इतका वेळ गप्प बसलेल्या रामा खराताला पुन्हा कंठ फुटला.

"बाबू, हैस कुठं तू? चेंगटाला 'गुप्त धन'– गठुडं – घावनार है. ते बोलनं चाललंय आन् तू बेंड काढतूस व्हय त्याचं? भले...."

"गुप्त धन?" बाबूला आश्चर्य वाटलं. मग एकदम त्याने आपला मोहरा नानाकडे वळवला.

"मग मला कसं बोलला न्हाईस तू?"

आता पुन्हा बाबू एक टिंबा ठेवून देतो की काय, अशी चेंगटाला साधार भीती वाटली. कारण बाबू दोन कारणांसाठी नानाच्या वाटेला जात असे. एक त्याला राग आला म्हणजे, अन् दुसरे याला नानाबद्दल प्रेमाचा पान्हा फुटला म्हणजे. यापैकी आत्ता नेमके काय होते, हे सांगणे कठीण होते. तरी पण बाबूचा दणका पुन्हा बसायला नको म्हणून तो गडबडीने उठला आणि गणामास्तरजवळ जाऊन बसला.

मग गणामास्तरने बाबूला थोडक्यात हकिगत सांगितली. ती ऐकल्यावर बाबूनेही मुंडी हलवली. प्रेमळ मुद्रा धारण करून तो म्हणाला, "गुप्त धन आसतं, पन ते गुप्त आसतं. साध्या डोळ्यांनी दिसत न्हाई."

“मग कोंच्या डोळ्यानं बगायचं?” रामा खरातानं खवचटपणे विचारले. बाबूने जवळजळीत दृष्टीने रामाकडे पाहिले. पण तोपर्यंत रामाने बिडी आणि काडी यांच्याकडे आपला मोहरा वळवला होता. तोंडात धरलेल्या बिडीला काडी लावून धूर काढायचा त्याचा उद्योग मनापासून सुरू झाला होता. बाबूने त्याचा नाद सोडला.

“त्याचं काय है गणामास्तर, गुप्त धन सारखी जागा बदलतं.”

“आसं?” चेंगटाला आश्चर्य वाटले.

“तर काय! शिवाय त्या रांजणावर नाग बसलेला असतो. कधी एक फड्याचा असतोय, तर कधी पाच फड्याचा असतोय. जरा जवळ गेला मानूस की, फुस्स् करतोय...” आपल्या दणकट पंजाचा फडा करून बाबूने एवढ्या मोठ्यांदा ‘फुस्स्’ आवाज केला की, सगळे एकदम दचकले. रामाच्या तोंडातली बिडीही एकदम खाली मांडीवर पडली. जोरात चटका बसला. त्याच्या फाटक्या धोतराला आणखी एक भोक पडले. बाबू खूश झाला. भली खोड मोडली गुलामाची!

“चेंगट, गुप्त धन म्हंजे लै आवघड काम. मिळायचं त्यालाच मिळनार. मिळनार नसलं ना, तर त्या धनाचा कोळसा हुतो.”

बाबूने मग पुष्कळ वेळ ‘गुप्त धन’ या विषयावर मोठी महत्त्वपूर्ण माहिती सांगितली. इतरांनीही त्यात भर घातली. ती ऐकल्यावर चेंगटाला एवढाच बोध झाला की, ही नशिबाची गोष्ट आहे. वाटेल त्याला हे धन मिळत नाही. मिळाले तरी लाभत नाही. मिळालेल्या पैशाचा एकदम कोळसा होतो. अगदी खात्रीशीर काम असलं, तरच ह्या वाटेला जावे. हे गुप्त धन योग्य भाग्यवान माणसाची वाटच पाहत असते. त्या माणसाने सगळीकडे हिंडत राहावे लागते. जर गुप्त धनाच्या जवळपास तो माणूस गेला की त्याला एकदम आवाज ऐकू येतो – ‘येऊ का?’, ‘येऊ का?’

“मग काय म्हनायचं? ये-ये म्हनायचं ना?” नानाने उतावळेपणाने विचारले.

“एकदम न्हाई म्हनायचं; गपचिप ऱ्हायचं. कोन बोलतंय बगायचं अन् मग म्हनायचं, ‘ये’ म्हनून. समजलं?” नानाने मान हलवली.

“आन् पुना मोठ्यांदा म्हनायचं न्हाई – ‘ये-ये’ म्हनून. उगीच बोंबाबोंब हुती. हळूच म्हणायचं, ‘ये बाबा’!”

“हळूच म्हनायचं –”

“हां, आसलं तुझ्या नशिबात, तर तुला आवाज ऐकू येईल.”

“बराय –”

अशा गप्पा झाल्या. मग इतर काही बोलणे निघाले. चांगली रात्र झाली. बैठक संपली. सगळे घरोघर निघाले. बाबू पैलवान चेंगटाला घरापर्यंत पोचवायला आला. चेंगट एकटाच आहे, हे बघून तो हळूच म्हणाला,

“चेंगटू, माझी आयडिया सांगू का? आपुन दोघंच मागं लागू. कांडकं पाडू. रोज

जुनं वाडं, पडीक जागा बघून याची. आवाज येतो का बगायचं. एकाला दोन असावं रे. पन दुसऱ्या कुनाला सांगायचं न्हाई. आधी देशमुखाचा वाडा.''

बाबूची आयडिया म्हटल्यावर चेंगट एकदम घाबरला होता. कारण बाबूच्या डोक्यातून कसली आयडिया कोणत्या वेळी निघेल याचा नेम नसे. पण आज बाबूने काढलेली आयडिया काही वाईट नव्हती. दोघांनी मिळून रोज रात्री हिंडायचे. आधी देशमुखाचा वाडा हाणायचा. तिथं काही नसलं तर पडके वाडे, जुनाट ओसाड जागा, हागंदारी, डगर इकडे चक्कर मारायची. प्रचीती येते का पाहायचे. काय हरकत आहे? काही कमी-जास्त झालं तर बाबू मदतीला असलेला बरा. समजा, हंड्यावर नाग दिसला तर बाबूच उपयोगी पडेल. बाबू बोलला नसला तरी त्याला आपण काहीतरी हिस्सा देऊ, म्हणजे त्याचीही कुरकुर नको.

नानाने बाबूचे म्हणणे एकदम कबूल करून टाकले. उद्याच्या रात्रीपासून सुरुवात करायचे ठरले. गावाच्या एका बाजूला देशमुखाचा पडका वाडा आहे. या वाड्यात पहिल्यांदा एक चक्कर मारून यायची. असले धन तर आवाज येईलच - 'येऊ का?' म्हणून... मग पुढचे सोपे आहे. काही नाही जमले तर सवडीने दुसरी जागा धुंडाळायची. कुठे ना कुठे तरी खडा लागेलच. गडबड करायची नाही. थोडे थोडे काम चालू ठेवायचे. मात्र सगळे गुपचूप. या कानाचे त्या कानाला कळू द्यायचे नाही.

दुसऱ्या दिवशी रात्री बाबू आणि नाना दोघेही देशमुखाच्या पडक्या वाड्यात शिरले, तेव्हा झकास चांदणे पडले होते. आभाळ स्वच्छ होते. मध्यरात्र व्हायला थोडाच अवकाश होता. गार वाऱ्याच्या झुळकी येत होत्या. गाव जवळजवळ झोपी गेले असावे. सगळीकडे सन्नाटा होता. लांबवर कुत्री भुंकत होती. रातकिड्यांची किरकिर एकसारखी सुरू होती.

खरे म्हणजे, चेंगट मनातून चांगलाच घाबरला होता. अशा रात्रीच्या वेळी पडक्या ओसाड वाड्यात जायचे म्हणजे काय? दिसले एखादे भूत म्हणजे काय? गुप्त धन राहील बाजूला अन् आपलीच पालखी निघेल... पण बाबू पैलवान बरोबर होता म्हणून काळीज धडधडत होते तरी तो निघाला होता. वाड्यात सगळीकडे किर्रर शांतता होती.

दर्शनी भागात सगळीकडे मातीचे ढिगारे झाले होते. माजलेले रानगवत, कोसळलेल्या तुळया, ढासळलेले चिरे, पडलेल्या भिंती... सगळीकडे कसे भयाण वाटत होते.

त्यातूनच एक लहानशी पायवाट पुढे गेली होती. पुढे इमारतीचा बराचसा चांगला भाग होता. खोल्या शाबूत होत्या.

बाबू हळूच म्हणाला,

''नाना, आतपत्तुर जायाचं. पुरल्यालं धन आसलं तर तिथंच आसंल.''

नाना बारकाईने तिकडे बघत म्हणाला, "आत उजेड है का?"

"हॅट् लेका, हितं उजेड कुठला?"

"मला जरा बिलॅटरी फिरल्यावानी वाटली."

"तुला फोकलीच्या काईबी दिसाय लागलंय. चल म्होरं –"

हळूहळू एकेक पाऊल टाकीत दोघेही त्या पाऊलवाटेवरून पुढे चालले. बाबूचे डोळे चमकत होते. जणू काही आत पैशाचा हंडा होताच. फक्त तिथे जाऊन तो आणायचा, एवढेच काम उरले असल्यासारखा त्याचा चेहरा झाला होता. नानाला मात्र दरदरून घाम सुटला होता. बाबूच्या शर्टाचे मागचे टोक हातात धरून तो दबकत-दबकत पुढे सरकत होता.

बराच वेळ झाला. कसेबसे दोघे त्या धड स्थितीतील इमारतीच्या तोंडापर्यंत आले. अंधारात उभा राहून कानोसा घेतला. काही आवाज येतो का, ते कान टवकारून ऐकले. पण व्यर्थ... कसलाही आवाज येत नव्हता.

नाही म्हणायला कुठेतरी खसफस... खसफस झाल्यासारखे वाटले. हळूच कुणीतरी बोलल्यासारखाही भास झाला. पण भासच तो. इथे या पडक्या वाड्यात कोण बोलणार? बाबू म्हणाला,

"आता हितंच उभं राहू. आलाच आवाज, तर हितं ऐकू यील की."

"आन् न्हाई आला तर?"

"मग बसायचं बोंबलत –" बाबूने तेवढ्यात चेंगटाच्या पाठीत एक दणका घातला. "आता गपचिप ऱ्हायचं बघ की. न्हाईतर या गोंधळात आवाज आला तर आपुन ऐकला न्हाई, असं हुयाचं."

नानाने मुंडी हलवली. पण फार वेळ तोंड बंद करून उभे राहणे त्याच्या स्वभावातच नव्हते.

"पर बाबू, कोंचा आवाज यील? 'येऊ का?' आसंच ना?"

"हां. 'येऊ का?... ' मग म्हनायचं, 'ये'!"

सगळी उजळणी झाली. पण 'येऊ का' नाही की 'जाऊ का' नाही. सगळं शांत, गपगार. कुठे आवाजाचं सावट नाही. नानाला फारच भयाण वाटू लागले. आतून कसली तरी खसफस पुन्हा ऐकू आली. बस्स! तेवढेच.

उभे राहून-राहून दोघांनाही कंटाळा आला. पाय दुखू लागले. शेवटी बाबूच एकदम मोठ्यांदा म्हणाला, "काय जाऊ का? का येतोस भाईर?" चेंगट आश्चर्याने म्हणाला,

"आं?... जाऊ का न्हवं बाबूराव... काय म्हनायचं? इसरलास का?"

मग तोही एकदम मोठ्यांदा बोलला, "काय, येऊ का? येऊ का?"

त्याबरोबर मोठा चमत्कार झाला.

समोरच्या अंधाऱ्या खोलीतून दोन माणसे झपाट्याने बाहेर आली. तोंडावर दोन्ही हात झाकून धूम पळाली. दगडधोंड्यांच्या ढिगाऱ्यातून एकदम पळत गेली.

आं? हा काय प्रकार?

त्यातली पुढची एक तरणीताठी बाई होती, हे चांदण्यात स्वच्छ दिसले. तिने तोंड दिसू नये असा पदर तोंडावर घेतला होता. दुसरा कुणीतरी उमेदवार गडी होता. दोघेही त्या पडक्या ढिगावरून चिनान पळाले.

नाना आणि बाबूला क्षणभर काही कळलेच नाही! डोळे विस्फारून दोघेही त्या पळणाऱ्या आकृतीकडे पाहतच राहिले. बाई पुढे होती. ती वेगाने गेली आणि पडक्या खिंडारातून एकदम नाहीशी झाली. बाप्या गडीही तिच्या मागोमागच सुटला होता. पण कुठेतरी त्याचा पाय अडखळला आणि तो धाडकन् खाली आपटला. पुन्हा उठला.

तेवढ्यात बाबू सावध झाला. त्याने दोन ढांगांत ते अंतर तोडले. त्या पळणाऱ्याचा शर्ट धरला. पण शर्ट फाटला आणि बाबूच्या हातात आला. तो गडी तेवढ्यात बिन-शर्टाचा पळाला. अगदी सुसाट पळाला. रोजची पायाखालची वाट असावी, अशा सफाईने त्याने धूम ठोकली. त्याने मागे काही वळून पाहिले नाही. त्याचा शर्ट तेवढा बाबूच्या हातात राहिला.

चेंगट तर पार भेदरून गेला होता. ही काहीतरी भुताटकी आहे खास! पडक्या जुनाट वाड्यात दुसरं काय असणार? एखादी उनाड हडळ आणि एखादे तरणेताठे भूत यांचे काहीतरी साटेलोटे असावे. आपण नेमके या वेळी इथं आलो. थोडक्यात वाचलो. दोघेही पण पळाले कसे? बाबूच्या गळ्यात मारुतीचा गंडा बांधलेला आहे, त्यामुळेच त्यांची हिंमत झाली असावी. नाहीतर या जोडीनं आपल्याला घोळसून घोळसून मारलं असतं. छ्या: छ्या:! पुन्हा या असल्या भानगडीत पडायचे नाही.

नानाचे हातपाय लटपटलेच. त्याच्या सर्वांगाला घाम फुटला. तोंडातून शब्द बाहेर फुटेना. मग बाबूच म्हणाला, "बगितलंस का चेंगट? गावातीलच भानगड है....."

चेंगटाने आश्चर्याने तोंड वासले.

"आसं?"

"अगदी कायम. भडवे तोंड झाकून पळाले रे. कोण, कुठले कळलं न्हाई. पण काई तरी लफडं हुतं हे कायम. अगदी शेंटपर्शेंट. ह्यो शर्ट घावलाय की. त्याच्यावरनं बरोबर हुडकून काढू उद्याच्याला. कापड तर भारी दिसतंय –"

असे म्हणून त्याने त्या चांदण्यांत शर्ट न्याहाळला. खिसे चाचपले. खिशात काही तरी लागले म्हणून त्याने खिशात हात घातला. हात बाहेर काढून नानासमोर धरला. नानाने पाहिले. शंभराशंभराच्या दोन नोटा होत्या.

दोघांनीही एकमेकांकडे पाहिले. अगदी साभिप्राय दृष्टीने पाहिले. दोघांनाही त्याचा अर्थ समजला. एक नोट नानाच्या हातात दिली, दुसरी आपल्या खिशात कोंबीत बाबू म्हणाला, "जाऊ द्या च्या मायला! आपल्याला तरी काय करायचं? काई का करंनात. आता बोभाटा करू नगंस."

नानाने मान हलवली.

"छ्या:! आपुन तर न्हाई सांगनार."

"चला परत –" म्हणून बाबू वळला. पुढे चालू लागला. चालता-चालता म्हणाला, "एक गोष्ट बरी झाली. आपल्याला गुप्त धन – आसं न्हाई, आसं सापडलं. चला, सुटा घरी आता."

□

बाबू पैलवानाचे उपोषण

बाबू पैलवान उद्यापासून उपोषणाला बसणार आहे, ही बातमी वाऱ्याच्या वेगाने पसरली आणि संबंध भोकरवाडीत फार मोठी खळबळ उडाली.

भोकरवाडीत खळबळ उडायला तसे फार मोठे कारण लागायचे नाही. मागे गोपाळ रेडे डोक्याला बँडेज बांधून कुणाच्या तरी मोटरसायकलीवर बसून गावात आला होता आणि मागच्या मागे उशी खाऊन पुन्हा जोरात आदळला होता, तेव्हाही गावात खळबळ माजली होती. खुद्द बाबू पैलवान एका फडात कुस्ती जिंकून कुणाच्या तरी खांद्यावर बसून गावात घुसला होता, त्या वेळीही अशीच खळबळ माजली होती. एकदा खाकी ड्रेसातील एक-दोघे पोलीस कसल्यातरी चौकशीसाठी गावात येऊन गेले होते. त्या वेळी सगळे गाव कुतूहलाने चावडीपाशी गोळा झाले होते. सारांश काय, भोकरवाडी जागी व्हायला अगदी लहानसहान गोष्टसुद्धा चालते. मग आज समजलेली गोष्ट तर फार मोठी होती. बाबू म्हणजे पैलवानगडी. दिवसभर चरणारा उमेदवारगडी. तो उपोषण करील, ही गोष्ट कुणाच्या स्वप्नातही येणे शक्य नव्हते. तो उद्यापासून उपोषणाला बसणार आहे, ही गोष्ट ऐकली आणि सगळे गाव खडबडून जागे झाले.

गणामास्तरला ही गोष्ट समजली तेव्हा तो जेवत होता. निम्मे जेवण झाले होते. ठरलेल्या एक-दीड भाकरीचा मुरगळा करून गणामास्तराने त्याचा एकच कुस्करा केला होता आणि गरमगरम आमटी कुस्कऱ्यात ओतली होती. आता तो कुस्करा कालवायचा आणि त्यावर ताव मारायचा, अशा बेतात तो होता. पहिला घास त्याने हातात घेतला... एवढ्यात बाहेरून खणखणीत सुरात हाक ऐकू आली,

"गणामास्तरऽऽ ओऽ गणामास्तर...."

गणामास्तराने आवाज ओळखला. तरीपण त्याने उगीचच विचारले, "कोन हाय?"

गणामास्तराची बायको त्याच्यासमोरच फतकल मारून बसली होती. नवरा नीट जेवतो की नाही, हे अगदी काटेकोर पतिव्रताधर्माने ती पाहत होती. गणामास्तर दरवाजाला पाठमोरा होता. पण तिचे तोंड दरवाजाकडेच होते. ती एकदम तोंड वाकडे करून बोलली,

"दुसरे कोन? त्योच त्यो मुडदा...."

"आगं, पण कोन?"

"दुसरं कोन?... जेवायच्या टायमाला नेमकं धसकटावानी येनार आन् कुणीतरी मेलंय, काईतरी झालंय... आसलं येडवाकडं सांगून जानार. जेवूबी देनार न्हाई. त्योच भाड्या!"

बायको फारच चिडल्यासारखी दिसली तेव्हा गणामास्तर म्हणाला,

"म्हंजे... नाना चेंगट म्हनतीस काय?"

"दुसरं कोन? त्योच मुडदा. ऐन सांजच्या वक्ताला वाईटवकत् काईतरी घिऊन आला असंल."

"आसं?"

"मग सांगती काय? ...शंभर हिश्श्यानी सांगते मी. कुनीतरी गचकलं आन् बोलवायला आला. तुमी आधी जेवून घ्या बगू."

गणामास्तरालाही तिचे बोलणे एकदम पटले. नाना चेंगटाला अजिबात डोके नव्हते. एकदम भस्सदिशी घरात येऊन कसलीतरी बातमी सांगायची त्याला सवयच होती. कुणी तरी मेले असेल तर त्याचा उत्साह अवर्णनीय असे. भराभर प्रत्येकाच्या घरात घुसून तो तत्परतेने ती वार्ता सांगत असे आणि एकेकाला जेवणाच्या ताटावरून उठवत असे. गणामास्तराला ही गोष्ट काही नवीन नव्हती. त्यामुळे आज दुपारी एक-दोनचाच चेंगट हाका मारीत आला, त्या अर्थी गावात कुणीतरी गचकले खास. असो. आपण आपले जेवण करून घ्यावे, मग चौकशा कराव्यात.

"तू त्याला भाईर बशीव –"

असे म्हणून गणामास्तराने भराभरा जेवण उरकले आणि धोतराला हात पुशीत तो बाहेर आला. नाना चेंगट न बोलता कान पाडून गरीब कुत्र्यागत बाहेर दाराशी बसून राहिला होता. याचे कारण मधल्या काळात गणामास्तराची बायको बाहेर येऊन जळजळीत नजरेने त्याच्याकडे बघून गेली होती. त्याने 'वैनी –' असे म्हणून बोलण्याचा प्रयत्न केला होता. पण गणामास्तराची बायको एकदम कडाडली होती–

"कुनी मेलंबिलं आसलं तर खबर्दार सांगून ठिवते."

"अहो पन् –"

"खबर्दार म्हंते ना? जेवन चाललंय. दातखीळ बसवायची आन् गुमान गप ऱ्हायचं तंवर."

"न्हाई, मेलं न्हाई –" चेंगटाने खुलासा करण्याचा प्रयत्न केला.

"मेलं नसलं तर मराया लागलं असंल. जीव घाबरा झाला असंल. जे काय आसंल, ते जेवान झाल्यावर. ऊ... दोडा...."

इतके बोलून गणामास्तराची बायको झटक्यात आत निघून गेली होती. नाना मग घटकाभर गप्पच होता. गणामास्तर बाहेर आल्यावर मात्र त्याला एकदम हायसे वाटले. तोंड हसरे करून तो म्हणाला, "गणामास्तर, तुला कळलं का?"

खाली सतरंजीवर बसत आणि तिथल्या अडकित्त्याने सुपारी फोडीत गणामास्तराने एक जबरदस्त ढेकर दिली.

"कोन खलास झालं?"

"खलास? न्हाई बा."

"तू ह्या टैमाला बोंबलत आलास, म्हंजे कुनीतरी गेलं –"

"ह्यॅ, ह्यॅ..." नाना ओशाळून हसला. "त्याला अजून अवकाश हाय्. केऱ्या गवळ्याची म्हातारी आलीय म्हणा त्या रंगाला. पण उद्याचा दिस घील. मी आजच बगून आलो. झालंच तर आपलं –"

"मग आता का आला हैस?"

नानाला एकदम आठवण झाली. अरेच्या! मुख्य मुद्दा राहिलाच की बाजूला या घोळात.

"बाबू आपला –"

"त्याला काय झालं?" गणामास्तर एकदम दचकला. हातातली तोडलेली विड्याच्या पानाची देठे आपोआपच खाली गळून पडली.

"लै मज्जा झाली."

"काय झालं?"

"मघाशी मी बाबूच्या घरी गेलतो का – तर पठ्ठा जेवनखान करून बसलेला. तोंड कसनुसं. म्या म्हनलं, का रं बाबू? तर म्हनाला – काई न्हाई, उगीच. मी म्हनलं, तरी पण? तर म्हनला, काई न्हाई म्हणून सांगितलं ना एकदा. मी पुन्यांदा इचारलं, तरी पण?"

गणामास्तर भडकला.

"आता सांग की लवकर. किती पाघूळ लावाय लागला हैस –"

चिडलेल्या गणामास्तरने हातातला अडकित्ता आपल्या दिशेने उगारलेला पाहून चेंगटाने एकदम खालती घेतले. तोंड चिंताक्रांत करून बोलला,

"बाबू उद्यापास्नं ऊपोशन करनार हाय."

"आं! कोन म्हनतं?"

"त्यो बोलला."

“पन काय कारन हाय?”

“काय गावात कुस्त्याचा फड करायचा म्हनला. कुनी आपरेशन करायला तैयार न्हई. जे-ते न्हाईच म्हणतंय...”

“आपरेशन न्हवं लेका, काप्रेशन.”

“ते काय असंल ते! म्हनला, मी उपोशनच करणार. काय वाट्टेल ते हूंदे. आता मी ऐकणार न्हाई. मी लई मिनत्या केल्या. समजावून सांगितलं. निदान दोन टैम जेऊन उपोशन कर म्हनलं, तर माज्यावरच भडकला. एकदम मांडीवर गुद्दा हाणला.”

“कुठाय बगू?” गणामास्तराने साशंक मुद्रेने विचारले. कारण बाबूचा गुद्दा चेंगटाच्या मांडीवर खरोखरच बसला असता, तर त्या दिवशी तरी चेंगट घराबाहेर पडणे शक्य नव्हते.

“मी चुकीवला. गुद्दा एकदम खाली भुईवरच बसला. भुई कळवळली. मी तसाच धूम –”

नाना चेंगटाने सांगितलेली बातमी फार महत्त्वाची होती. बाबू पैलवान उपोषण करणार, ही वार्ता सगळ्या गावाला संकटात टाकणारी होती. एक तर भरल्या पोटी एरवीही बाबू गावातून दंगा करीत फिरत असे. कुणाशीही मस्ती करीत असे. उपाशी पोटी बाबू म्हणजे तर फारच हिंस्र प्रकरण. गडी भलताच खवळेल! समोर येणाऱ्याचं काही खरं नाही. किंबहुना, त्याच्या घरासमोरून जाणेही धोक्याचे. आजच्या आज त्याला भेटले पाहिजे. या उपोषणापासून त्याला परावृत्त केले पाहिजे.

घाईघाईने उठून कपडे घालीत आणि आत जाऊन पिशवीत काहीतरी कोंबीत गणामास्तर गडबडीने म्हणाला, “चल... चल... काय म्हणतोय बगू या तर खरं.”

दोघेही बाबूच्या ओसरीवर दाखल झाले तेव्हा बाबू मांडी घालून, डोळे ताठ ठेवून एखाद्या योगिपुरुषाच्या गांभीर्याने बसलेला दिसला. त्याची ती मुद्रा आणि अवतार पाहून कुणालाही वाटले असते की, बाबूने उपोषणाला प्रारंभ केलेलाच आहे. गणामास्तराचीही तशीच कल्पना झाली. पण आजूबाजूला शेंगांची बरीच फोलपटे पडली होती. केळ्याच्या सालीही डझनभर दिसल्या. बाबूचे तोंडही अजून हलत होतं. शिवाय उद्यापासून बाबूचे उपोषण सुरू होणार, हे नाना बोलल्याचे त्याला पक्के आठवत होते. त्यावरून उपोषणपूर्व अखेरचे खाणे चालले असावे, असा त्याने तर्क केला.

गणामास्तराने बाबूकडे पाहिले. गंभीर आवाजात विचारले, “बाबू, हा चेंगट काय म्हणतोय, खरं का?”

बाबू एकदम चेंगटाकडे वळला. तरी चेंगट वेळप्रसंग ओळखून गणामास्तरच्या पाठीमागे अंतर राखून सावधपणे बसला होता. वेळ आली तर दरवाजा गाठण्यासाठी

आपल्याला किती सेकंदं लागतील याचाही हिशेब त्याने मनात मांडला होता. तरीपण बाबूचा त्याच्याकडे नुसता मोहरा वळल्याबरोबर त्याची बोबडी वळली.

"काय रे चेंगटू, ल्येका काय सांगितलंस?"

"कुठं... काई न्हाई." चेंगट घाबरला.

"मी उपोशनाला बसनार, म्हणून सांगितलंस का?"

"व्हय, सांगितलं की."

"पर आज नव्हं, उद्यापास्नं – हे बोललास का? हे नसशील बोललास?"

"तर!... समदं धडाधडा बोललो."

"धडाधडा कशाला बोललास? हळूहळू सांगायचं. एवढी आक्कल आसू ने तुला?"

बाबूने हात उगारला. तेव्हा चेंगटाने पुन्हा एकदा दरवाजाकडे पाहिले. एक पाऊल त्याने ओसरीच्या खाली टाकलेही. तेवढ्यात गणामास्तर मधे पडला.

"बाबू, तुझं उपोशन उद्यापास्नं सुरू हाय ना?"

"हा –" बाबू गुरगुरला, "खबरदार जर कुनी उपोशन सोडा म्हनायला आला असशील तर! अजाबात सोडनार न्हाई, सांगून ठिवतो."

"पन उपोशन कसं? प्रानांतिक का लिमिटेड?"

बाबू गोंधळला. मग स्वत:ला सावरून म्हणाला,

"पयल्यांदा दोन-चार दिवसांचं प्रानांतिक करणार. काई उपयोग झाला, तर बरं. न्हाईतर मग लिमिटेड करनार."

खरे म्हणजे बाबूला गणामास्तराचा हा प्रश्न नीट समजलेला नव्हता. त्याने हा प्रकार तालुक्याच्या गावी नुकताच पाहिला होता. तेथील एका गुरुजींनी आपल्यावरील अन्याय दूर व्हावा, म्हणून प्राणांतिक उपोषण सुरू केले होते. ते बघायला योगायोगाने बाबू चार लोकांबरोबर गेला होता. गुरुजींची गुटगुटीत, तेज:पुंज मुद्रा बघून बाबूचे उपोषण या प्रकाराबद्दल फार अनुकूल मत झाले होते. आपल्या गावी आपणही हा प्रयोग करून पाहावा, असे त्याच्या मनाने घेतले होते. तीन-चार दिवसांच्या आतच गुरुजींचे हे प्राणांतिक उपोषण संपले होते. मुसंब्याचा रस पिऊन त्यांनी ते संपविले होते. त्यामुळे त्यांची मुद्रा जास्तच टवटवीत बनली होती, हेही बाबूच्या कानावर आले होते. या भानगडीत प्राणांतिक म्हणजे नेमके काय अन् लिमिटेड म्हंजे कुठपर्यंत याचा खुलासा विचारण्याचे राहूनच गेले होते. गणामास्तराने या बाबतीत आपले अज्ञान बाहेर काढणे, हे त्याला आवडण्यासारखे नव्हते. त्यापेक्षा असे चाणाक्षपणाने उत्तर देणं केव्हाही शहाणपणाचे.

गणामास्तराने मग पिशवीतून भाजलेली पाच-सहा कणसे बाहेर काढली. बाबूसमोर ठेवली. बाबूने एक कणीस हातात घेऊन त्याचा वास घेतला. मग साशंक

मुद्रेने गणामास्तरकडे बघितले. कणीस खाली ठेवले.

"हे कशापाई आनलंस?"

"उद्यापास्नं तुजं उपोशन सुरू ना?"

"बरं, मग?"

"मग आज ही कनसं खायला काय हरकत? आजच मळ्यातनं आनली. म्हनलं, पुन्हा तुला खायला मिळायची न्हाईत; म्हणून आणली. हं, घे. ऱ्हायली म्हणजे ऱ्हाऊनच जातील."

बाबूने पुन्हा एकदा कणसाकडे पाहिले. गणामास्तरकडे नीट निरखून पाहिले. त्याची गंभीर मुद्रा पाहून बाबूच्या मनातील शंका दूर झाली.

"हां, आज तसा मी मोकळा हाय –"

असे म्हणून त्याने पहिले कणीस उचलले. भराभर खाऊन टाकले. मग एकामागोमाग बाकीची कणसेही त्याने उचलली. एकामागोमाग एक रिकामी केली. एक बुडूख चेंगटाच्या दिशेने फेकून तो ओरडला, "बघ, गणामास्तराची माया. न्हाईतर तू! काईतरी आनलंस का? निस्तं हात हालवीत बोंबलत हिंडत आसतूस गावातनं... आं? जा, काई लाज वाटत आसलं तर काईतरी घिऊन ये. ऊठ हितनं."

आणि बाबूने अशा नजरेने नानाकडे पाहिले की चेंगट उठलाच. एका क्षणात दरवाजाबाहेर गडप झाला. एक मोठी ढेकर देत बाबू कष्टी आवाजात म्हणाला, "लई लुसलुशीत कनसं हुती रं गणामास्तर. कशी गेली पोटात, कळलंसुदिक न्हाई. उद्यापास्नं मातुर समदं बंद हां. उद्या पुन्हा आनलीस तर तुझी-माझी तकरार हुईल."

"न्हाई आनत बाबा."

"माजं पोटंच भरलं."

एवढ्यात रामा खरात आत आला. ओसरीवर बसून घाईघाईने त्याने प्रथम बिडी ओढली. मग बाबूकडे न्याहाळून पाहत त्यानं विचारलं,

"काय ऐकलं ते खरं का?"

"काय ऐकलंस?"

"तू उपोशन करनार हैस म्हनं?"

"उद्यापास्नं."

"आत्ता माज्या जिवात जीव आला."

"का बरं?"

"अरे, चिलाच्या वाडीस्नं मी शेंदाडं आनली आजच. म्हनलं, तुलाबी द्यावीत दोन... पन आता म्हणलं, खानार कसा?"

"कुठाहैत शेंदाडं?" बाबूने उत्सुकतेने चौकशी केली.

"ही काय –"

रामा खराताने धोतराच्या घोळातून दोन पिकलेली पिवळीजर्द शेंदाडं त्याच्यासमोर ठेवली. ठेवल्या-ठेवल्या पिकलेल्या शेंदाडाचा मस्त वास बाबूच्या नाकापर्यंत आला. बाबूने एक शेंदाड उचललं. "नुस्ता नमुना बगतो. आता उपोशन म्हनल्यावर शेंदाड काय आन् कलिंगड काय –" असे म्हणत ते फस्त केले. मग दुसरेही उचलले.

"घ्या की रं तुमी. काय मी एकल्यानंच समदं खायचा मक्ता घेतलाय का?" असे म्हणून त्याने गणामास्तर आणि रामा खरात यांच्या तोंडाकडे पाहिलं, पण दोघांनीही मान नकारार्थी हलवली. तेव्हा तेही शेंदाड खाण्यावाचून त्याला मार्गच उरला नाही.

"आता मात्र बास गड्या हां... आता अमृत आनून दिलं तरी घेनार न्हाई. उपोशन म्हनायचं आन् खान्यावर दणका ठिवायचा, हे बरं तरी दिसतं का?" असे म्हणून बाबू पैलवानाने आपली मुद्रा पुन्हा धीरगंभीर केली. तो स्वस्थ बसून राहिला. त्यानंतर गणामास्तर आणि रामा खरात यांनी बाबूने उपोषणाचा बेत सोडून द्यावा म्हणून त्याची खूप मनधरणी केली. पण बाबू बधला नाही. जोपर्यंत गावचे लोक कुस्तीचा फड भरवण्यासाठी सहकार्य देणार नाहीत, तोपर्यंत आपला उपोषणाचा बेत कायमचा राहणार, हे त्याने अत्यंत गांभीर्याने जाहीर केले.

एवढ्यात शेजारची भागू गवळण दुधाची चरवी घेऊन आत आली. आल्या-आल्या तिने चरवी बाबूपुढे ठेवली.

"हं, बाबूराव, हाना –"

बाबूने मोठ्या निश्चयी मुद्रेने मान हलवली.

"छ्या!"

"का रं बाबा?"

"उद्यापास्नं माजं उपोशन हाय."

"मंग आज घे की."

"तसं बरं दिसत न्हाई."

"आरं, रोज घेतोस बाबा आन् आज तुला काय झालं एकदम? रागावलास का?"

"तसं न्हवं भागूमावशी –"

"मग कसं?"

"लोक काय म्हनतील?"

"लोकांचा बशीव मुडदा. आरं, जानी म्हशीचं दूध हाय बाबा. इकता येत न्हाई, म्हणून तर तुला देते ना? ...तू न्हाई पेलासतर ऐन टैमाला आता कुनाला देऊ?" भागू गवळणीचा सवाल बिनतोड होता. प्रत्येक गवळ्याकडे एक जानी म्हैस असते.

तिचे दूध विकायचे नसते आणि त्यात पाणीही घालायचे नसते. इतके दिवस बाबू ती चरवी रिकामी करीत होता. आता तो नाही म्हटल्यावर ऐन वेळेला हे दूध तिने द्यायचे तरी कुणाला? तिचे गरिबाचे का उगीच नुकसान? दूध वाया घालवायचे म्हणजे काय? बाबूने क्षणभर असा विचार केला. मग एकदम त्याने चरबी उचलली आणि तोंडाला लावली. पाच मिनिटांत रिकामी करूनच खाली ठेवली. मग ओठांच्या कडेला साचलेला फेस त्याने नि:स्पृहपणे पुसून काढला. गणामास्तराकडे पाहिले.

"काय करनार? त्या मावलीचं नुकसान होत हुतं –"

"खरं हाय –" गणामास्तराने मान होकारार्थी हलवली.

"पेलास? झकास झालं. दूध कारणी लागलं." रामा बिडी फुंकत बोलला. त्यानंतर मात्र बाबूने काही खाल्ले नाही. फक्त शिवा जमदाडे कुठल्यातरी जत्रेहून भेंडबत्तासे, चिरमुरे घेऊन आला होता आणि तो प्रसाद घरी नेण्याचा त्याचा विचार होता. जाता-जाता सहज त्याने बाबूच्या घरात डोकावून पाहिले, पण प्रसाद म्हटल्यावर बाबू ऐकेचना. निम्मी पिशवी त्याने तिथेच रिकामी केली. त्यानंतर गोपाळ रेडे ताजी पेंड घेऊन घरी चालला होता. शेंगदाण्याची ताजी पेंड फारच खुसखुशीत लागते, हे सगळ्यांनाच ठाऊक होते. त्यामुळे बाबूने थोडी पेंडही चाखून बघितली. अशा चार-दोन गोष्टी सोडल्या तर बाबूने दुसरं काही खाल्लं नाही. उपोषण करण्याचा त्याचा निर्धार वरचेवर दृढ होत गेला.

बराच वेळ गेला. आता सगळी मंडळी उठणार तेवढ्यात नाना चेंगट घाईघाईने आत आला. आल्या-आल्या त्याने दोन वाळलेली मुसुंबी जमिनीवर ठेवली. त्यातले एक सोलून देत तो म्हणाला,

"हं... घ्या बाबूराव –"

बाबू रागावला. जळजळीत दृष्टीने त्याने नानाकडे पाहिले.

"हे काय रं चेंगट्या? मुसुंबी? अजून उपोशनाचा पत्ता न्हाई आन् एवढ्यात मुसुंबी?"

गणामास्तर समजुतीच्या स्वरात म्हणाला,

"आरं खुळ्या, उपोशन सोडायच्या टैमला मुसुंबी आनत्यात; तू आधीच देतोस व्हय? काई लाजबीज?"

"मुद्दाम आनलीत."

"आं?"

"मंडळी समदी फड भरवायला कबूल हैत. मी तिकडनंच आलोय ना? त्यांनी माझ्याबरोबर निरूप पन धाडलाय. तवा ही मुसुंबी हाना आन् सोडा उपोशन."

अखेर बाबूचे म्हणणे गावकऱ्यांनी ऐकले होते. ते कुस्त्यांचा फड भरवायला कबूल झाले होते. म्हणजे आपल्यावरील अन्याय दूर झाला आहे तर!... मग मोसंबी

खायला हरकत कसली? ती खाऊनच उद्यापासून सुरू होणारे उपोषण सोडावे, हे बरे. मोसंब्याच्या फोडी गटागट तोंडात टाकीत बाबू खुशीत येऊन हसला. रस गिळून त्याने जीभ पुसली. मग बायकोला हाक मारून तो म्हणाला,

"अगं, आता उपोशन न्हाई बरं का. ते म्हायेरचे आनलेले पेढे आन भाईर. आता खायला हरकत न्हाई. जेवायचं हूस्तंवर काय तरी तोंडात टाकायला हुईल."

□

भोकरवाडीतील भुताटकी

भोकरवाडी गावात पूर्वी भुतांचा उपद्रव अजिबात नव्हता. गावात पडकी घरे होती. ओसाड विहिरी होत्या. वडा-पिंपळाची झाडे होती. इतर गावात अंधार होई, तसाच भोकरवाडी गावातही होई. महिन्यातून नियमाने एकदा अमावस्येची काळीकुट्ट रात्र येई. पण तरीही गावाला भुताखेतांचा विशेष असा त्रास नव्हता. कुणी कुठेही जात-येत असे. पण भुताने एकटा-दुकटा माणूस गाठून धरले आणि घोळसले, असा बोभाटा क्वचितच केव्हातरी होई.

पण तुकाराम टेंगळे गावात राहायला आला आणि परिस्थिती एकदम बदलून गेली!

बायको-पोरांचे लेंढार घेऊन तुकाराम गावात मुक्कामाला आला, त्याच वेळी नेमका भुताखेतांनीही भोकरवाडीत प्रवेश केला. तुकाराम काहीच उद्योग न करणारा माणूस होता. सकाळी लवकर उठावे. चहा पिऊन बिड्या ओढीत वेळ काढावा. मग जेवण झाल्यावर जी ताणून द्यावी, ती चार-पाच वाजेपर्यंत! संध्याकाळी मात्र तुकाराम गावातल्या चार मंडळींत ऊठ-बस करी. इकडच्या-तिकडच्या गप्पा हाणी आणि रात्र झाली की घरी येई.

लोकांना पाहिल्यांदा तुकारामाचा उद्योग माहीतच नव्हता. हळूहळू गप्पा-गोष्टींतून त्यांना कळलं की, तुकाराम देवऋषीपणाचा धंदा करतो. कुणाच्याही अंगात आले, कुणालाही भुताने झपाटले की, तुकाराम त्या ठिकाणी हजर... मंत्र-तंत्र करून, छा-छू करून तो त्या माणसाची भुतापासून सुटका करी. भुताला खायला टाकायला सांगी आणि रुपया-दोन रुपये कनवटीला लावून परत येई. तो गावात आला आणि पहिल्यांदा भुताने गावात धरले, ते साळ्याच्या यशोदेला. गेले दोन-तीन दिवस ती तापाने फणफणली होती. तापात तिची बडबडही सुरू असायची. एरवी, ती आजारी

आहे आणि काहीतरी दवापाणी द्यायला पाहिजे, एवढ्यावर हा विषय संपला असता. पण संध्याकाळी चार मंडळींत विषय निघाला आणि तुकारामाने झटक्यासरशी आपला अंदाज सांगितला.

"कुठं तरी तिन्हीसांजेला झाडाखालनं गेली असणार. बराबर धरलं पिशाच्यानं." सगळे लोक तुकारामाकडे 'आ' करून पाहू लागले.

नाना चेंगट म्हणाला,

"आसं म्हणता?"

"तर! त्याबिगर ती हातरूनावर पडायची न्हाई. चांगली तरनीताठी बाई. तिला एकदम रोगडा याचं कारन काय म्हणतो मी...."

"पण त्यो डागदर तर म्हनला...."

"डागदरला काय डोस्कं है? त्यो नुस्ता नाडी बघनार आन् सुई मारणार. सुया मारायला लई दनका आसतोय त्यांचा... का, तर पैसे मिळत्यात ना?"

ही गोष्ट खरी होती. डॉक्टरलोकांना दंड धरायचा नि सुई खुपसायची, याचा नाद फार... अजिबात न ऐकणारी जात. मागे पटकी आली, पटकी आली – म्हणून जरा बोंब उठली की, तालुक्याहून डॉक्टर इथं ठ्यां करून हजर. धर माणूस की खुपस सुई. बाई नाही, पुरुष नाही – सगळ्यांच्या दंडात धडाधड सुया खुपसल्या अन् मग गडी शांत झाला. त्याला भुता-खेतातले काय कळते? तुकाराम म्हणतो त्यात नक्कीच काहीतरी तथ्य असले पाहिजे.

"मग आता ह्याला विलाज काय तुकाराम?"

तुकारामाने संतोषाने मान हलवली.

"विलाज आपल्यापाशी हाय ना, म्हणून तर बोलतोय! पयले परीक्षा करायला पायजे. कोंचं भूत है, का धरल्यालं हाय, समदं त्याच्या तोंडून काढून घेयाला पायजे. पयले झूट छडी हानायची. एक... दोन... तीन. मग मंत्रतंत्र हैत, गंडेदोरे हैत. समदं है आपल्यापाशी."

या सगळ्या चर्चेचा परिणाम एवढाच झाला की, सगळ्यांनी मिळून घाई करून तुकारामाला संभा साळ्याच्या घरी नेले आणि यशोदेचे भूत काढण्याबद्दल तुकारामाला विनंती केली. ढणढण जळणाऱ्या एका चिमणीच्या उजेडात साळ्याची यशवदा रकट्यावर पडली होती. तिच्या अंगात सणकून ताप होता. मधून-मधून ती कण्हत होती. मधेच ती डोळे उघडून सगळ्यांकडे पाही. मग पुन्हा डोळे मिटून निपचित पडून राही. तुकारामजवळ बसून नाना चेंगट काळजीच्या स्वरात संभाला म्हणाला,

"आता कसं काय, बरं हाय का?"

संभा म्हणाला,

"बेडरवाडीला त्यो डागदर है, त्यांच्याकडून आवषद आनलंय चार दिसाचं...

उतरंल म्हणतोय ताप, नाही तर....''
''न्हाईतर काय?''
''विंजेक्शन देऊन टाकू म्हनाला.''
''आरं तिच्या मायला!''
नाना चेंगटाने डोळे विस्फारले. खूण बरोबर पटल्यासारखी मुद्रा केली. तुकाराम म्हणाला,
''बगा, मी म्हनलं न्हवतं?''
आपण काय म्हणालो होतो, हे तुकारामाने संभाला पुन्हा एकदा स्पष्ट करून सांगितले आणि कशामुळे त्याची बायको आजारी आहे, याचाही खुलासा केला. यशोदा मधून-मधून डोळे उघडून ते ऐकत आहे, हे पाहून चेंगट उत्साहाने पुढे सरकला. तिला म्हणाला,
''खरं बोल यशवदे, भ्यायचं कारण नाही. सांजच्या टायमाला तू झाडाखालनं गेलतीस का?''
नाना चेंगटाने प्रश्न विचारल्यावर त्याला उत्तर दिलेच पाहिजे असे नाही, हे यशोदेला त्या आजारपणातही कळत होते. म्हणून तिने फक्त नाराजीच्या मुद्रेने नानाकडे पाहिले आणि डोळे मिटून ती पुन्हा निपचित पडून राहिली. नाना पुढं सरकून बोलला,
''लाजायचं कारन न्हाई, ते आपल्या वळखीचेच हैत....''
तेवढ्यात संभा गुरगुरला –
''तू गप रं चेंगट्या. मधीमधी त्वांड घालू नगंस.''
मग तुकारामाला उद्देशून त्याने सांगितले,
''तुमीच इचारा काय इचारायचं ते.''
मग तुकाराम तिच्याकडं एकटक बघत म्हणाला,
''सांजच्या टायमाला कुटं गेलता का? कालपरवा म्हना, चार रोजामागं म्हना.''
यशोदा कण्हत-कुंथत म्हणाली, ''काय आठवत न्हाई. गेली बी आसंन एखाद्या वक्ताला!''
नाना पुन्हा तोंड मधे घातलं,
''परसाकडला लागल्यावर काय करणार माणूस? जावंच लागतंय....''
''तू गप तर मुडद्या –''
यशोदाच असे बोलल्यावर संभाने अशा नजरेने नानाकडे पाहिले की, नाना आपणहून हळूहळू सरकत पाठीमागं गेला.
''एखाद्या झाडाखालनं गेलता का?''
''काय आठवत न्हाई. गेली बी आसंन.''

"अंगावर एकदम थर्रकन काटा आला का?"
"आला आसंल."
"एकदम भ्या वाटली...."
"हा, वाटली बी आसंल."
"मग करेट काम. हीच भानगड. दुसरी काई न्हाई...."

असे म्हणून तुकारामाने तिथलीच काठी घेऊन तिचे चांगले दोन दणके त्या बाईला ठेवून दिले. भुतानेच यशोदेला धरलेले आहे याबद्दल तुकारामाची खात्री होती, म्हणून त्याने आपला इंगा दाखवला. यशोदा जोरात ओरडली, रडू लागली, तेव्हा बाकीच्यांनाही खात्री पटली. मग काय मंत्रतंत्र करायला पाहिजेत, काय ओवाळून टाकायला पाहिजे, हे सगळे तुकारामाने तपशीलवार वर्णन केले. दुसऱ्या दिवशी त्याप्रमाणे सगळे उपचार झाले. तुकारामाने सांगितल्याप्रमाणे दहीभात, नारळ, तेलच्या इ. भरगच्च नैवेद्य एका झाडाखाली ठेवण्यात आला. तो नैवेद्य दुसऱ्या दिवशी संपूर्णपणे नाहीसाही झाला, तेव्हा तर सगळ्यांची खात्रीच पटली. आठ दिवसांत यशोदेचाही ताप उतरला. ती पुन्हा हिंडू-फिरू लागली, तेव्हा तर तुकारामाच्या ज्ञानाबद्दल काही प्रश्नच उरला नाही. जिकडे-तिकडे त्याचा बोलबाला झाला. तो होता म्हणून यशोदा वाचली, नाहीतर भुताने तिला आणखी किती दिवस घोळसले असते याचा काही नेमच नव्हता, असे लोक मोकळेपणाने कबूल करू लागले.

तेव्हापासून तुकारामाचा बोलबाला गावात जिकडे-तिकडे झाला. लोक त्याला प्रत्येक ठिकाणी हाका मारमारून नेऊ लागले. तुकाराम देवऋषी गावात आला, हे बरेच झाले, सगळ्यांची सोय झाली – असे लोक एकमेकांत मोकळेपणाने कबूलही करू लागले. लोकांचे म्हणणे एका दृष्टीने खरेच होते. कारण अलीकडे गावात भुताखेतांनी बराच दंगा सुरू केला होता. एकदा रामा खराताचा पोरगा भर बारा वाजता चिंचेच्या झाडावरनं खाली पडला आणि त्याने एकदम डोळे पांढरेच केले. त्याचे डोकेही फुटले. खराताने टाकोटाक पोराला तालुक्याला नेऊन टाके घालून आणले, औषध-गोळ्या वगैरे दिल्या. पण लोकांची खात्रीच पटली की, हे सगळे पिशाचाचे काम आहे. नाहीतर भर बारा वाजता झाडावरून पोरगे खाली कसे आपटते? चिंचेच्या झाडावर तर एखादा समंध हमखास आराम करीत पडलेला असतो. आपल्या विश्रांतीच्या टायमाला कुणी आलेले त्याला खपत नाही, म्हणून त्याने खराताच्या पोराला दिले खाली टाकून.

तुकारामानेही त्याला दुजोरा दिला.

"खरं आहे. बाराचा टाईमच बेकार लई. रातची असू द्या, की दिवसाची असू द्या. दोन छड्या आधी हाणतो मी. मग एक कोंबडं ववाळून टाका अन् थोडा दहीभात पत्रावळीवर ठेवून द्या चिंचंखाली. काम होऊन जाईल."

पोराने सपाटून मार खाल्ला. त्याने मुकाट्याने कबुलीजबाब दिला. मग रामा खराताने मुकाट्याने ही सगळी भुताची भरती केली. आठ-पंधरा दिवसांनी पोराची जखम बरी झाली. अंगातला तापही गेला. पोरगं हिंडू-फिरू लागलं. तेव्हा लोकच खराताला म्हणाले, "बघ, आला का न्हाई अनुभव? वेळेवर कोंबडे ववाळून टाकलंस, म्हणून झ्याक झालं."

आणि मग जिकडे-तिकडे भुतांचा खेळ गावात रोज सुरू झाला. कुणी एखाद्या पडक्या घराजवळून गेला की, धर्रकन त्याच्या अंगावर काटा यायचा. कुणी एखादा गावाशेजारच्या विहिरीपासून चालला की, त्याला कसले तरी चमत्कारिक आवाज ऐकू यायचे. कुणी अंधारात एकटाच निघाला की, पाठीमागून कुणाची तरी पावले वाजताहेत आणि कुणीतरी हळूच अंधारातून आपल्यामागे येत आहे... याबद्दल त्याची खात्रीच पटायची. मग काय? 'राम राम' करीत गडी जो धूम पळायचा, तो चार मंडळींत येऊन पोहचेपर्यंत थांबायचा नाही. नाना चेंगटाला तर एकदा फारच भीषण अनुभव आला. आपल्या वहाणा सापडेनात म्हणून त्या दिवशी शेजारच्या भानाच्या जडशीळ वहाणा घालून तो माळवं आणायला रानात गेला होता. परत यायला अंधार झाला. वहाणांना नाल मारलेले होते. त्यामुळे त्याचा आवाज फारच मोठा येत होता. अशाच जडशीळ नालाच्या वहाणा घालून कुणी तरी आपल्या मागून बराच वेळ चालत येत आहे, असा नानाला अंधारात भास झाला. एकदोनदा खात्री करून घेण्यासाठी तो थांबला. त्याबरोबर तो आवाजही बंद झाला. नानाने अंधारात मागे वळून पाहिले, तर कुणी दिसले नाही. एकदम गडप! पुन्हा तो चालायला लागला की, पुन्हा खणखण असा आवाज. थांबून मागे वळून पाहिले की, आवाज बंद. गडी गडप! मग मात्र नाना भयंकर भेदरला, जीव मुठीत धरून घेऊन तो जो पळाला, तो थेट गावात गणामास्तराचे घर येईपर्यंत थांबला म्हणून नाही. त्याने मागे वळूनही पाहिले नाही. गंमत अशी की, नाना पळत सुटला तसा भुतानेही त्याचा बेजान पाठलाग केला. मैलभर नुस्ता वाहणांचा खणखण आवाज एकसारखा ऐकू येत होता... पण नाना पहिल्यापासून पळण्यात अगदी एक्का. त्यामुळे तो वाऱ्याच्या वेगानं पळाला. भुताच्या खाईतून कसाबसा पळाला.

दुसऱ्या दिवशी ही गोष्ट गावात जिकडे-तिकडे झाली! कारण नानानेच ती तिखटमीठ लावून सर्वांना सांगितली. त्याने सांगितलेल्या हकिगतीवरून लोकांना कळले की, नाना चेंगटाने जवळजवळ भूत प्रत्यक्ष पाहिलेच. हे भूत कमीत कमी नारळाच्या झाडाएवढे उंच होते आणि त्याचे हातपाय बुरडाच्या बांबूइतके तरी लांबलचक होते. त्याचे तोंड तर फारच विचित्र असावे, केवळ त्याचे पाय उलटे असल्यामुळे त्याला जोरात पळता आले नाही, इतकेच! नाहीतर नाना चेंगट आज काही जिवंत सापडत नव्हता. नानाचा जवळजवळ पुनर्जन्मच झाला म्हणानात!

ही हकिगत ऐकल्यावर तुकाराम नानाला म्हणाला,

"मर्दा, जगलास म्हणून वाचलास. ही भुतं लई डूक धरणारी असत्यात. तू सरळ एक कोंबडं ववाळून टाक अन् मापट्याचा पुलाव वडाखाली ठेव."

नानाने ती गोष्ट अगदी आज्ञाधारकपणे केली आणि मग पुढे त्याला भुताचा त्रास जवळजवळ कधी झाला नाही. असा प्रकार गावात रोजचाच झाला!... तुकारामाला कामामधून उसंत मिळेनाशी झाली. रोज कुणाला ना कुणाला तरी तो छड्या मारू लागला. रोज कुणी ना कुणी तरी दहीभात-नारळ घेऊन रस्त्याने चाललेला दिसे. वाण्या-बामनाचे काम असले तर दहीभात-नारळ... कुणब्याचे काम असले तर कोंबडी... पुलाव... कुणी ना कुणी पळत-पळत संध्याकाळचा गावाबाहेर चाललेला आहे, असा देखावा रोजचाच झाला. गावातल्या कोंबड्यांची संख्या झपाट्याने कमी होऊ लागली. तुकारामाच्या छडीला रोजचा खुराक मिळू लागला.

याच सुमारास बाबू पैलवान गावात परत आला.

गेला महिना-दीड महिना बाबू गावात नव्हताच. त्याचे घरदार लग्नाला म्हणून जे गेले होते, ते तिकडेच. लग्न झाल्यावर बाबू कुस्त्यांचे फड बघत गावगन्ना हिंडत होता. महिना-दीड महिना झाल्यावर मग बाबू घरच्या सगळ्या कंपनीला घेऊन गावात परत आला. आल्या-आल्या दुपारीच त्याला मधली सगळी घडामोड कळली.

मग त्याला फार वेळ घरी बसवलेच नाही. संध्याकाळ झाली तसा तो हलला, तो थेट गणामास्तरच्या घरी येऊन धडकला. नेहमीच्या मंडळींना वाटेत गोळा करून त्याने गणामास्तराचे घर गाठले.

गेल्या महिन्या-दीड महिन्यात कंपनी मोडल्यासारखीच झाली होती. एकतर बाबू गावात नव्हता आणि बाबू असल्याशिवाय बैठकीला रंग चढणे शक्यच नव्हते. नाना चेंगट रात्रीच्या वेळी बाहेर पडत नव्हता. एकदा चुकून वाचलो... पुन्हा ती गोष्ट जमेलच, असे नाही... शिवाय एकदा त्याला भूत भेटले म्हणून ठीक. या वेळी हडळ भेटली तर? मग सुटकाच नाही. नानासारख्या माणसाला हडळीने नक्कीच पळवून नेले असते.

फार दिवसांनी सर्व मंडळी गणामास्तरच्या कट्ट्यावर एकत्र बसली. रामा खराताने खुशीत येऊन बिडी ओढली. एक बिडी न मागता चेंगटाला दिली. चेंगटही इतका खुशीत आला की, दिलेली बिडी त्याने खिशात न ठेवता ती ओढून करदोट्यापर्यंत एकदम संपवून टाकली. दरम्यानच्या काळात भुताखेतांनी केलेला उपद्व्याप बाबूला शिवा जमदाडे रंगवून-रंगवून सांगू लागला आणि गणामास्तर नेहमीच्या पद्धतीप्रमाणे शांतपणे ते ऐकत राहिला.

शेवटी बाबू अस्वस्थ होऊन म्हणाला,

"इतके दिवस कधी भुताखेताचा ताप नव्हता गावाला. आन् एकदमच ह्यो दंगा कसा काय सुरू झाला?"

शिवा जमदाडे म्हणाला,

"बाबू मर्दा, तू गावात न्हवतास ना, त्यानंच ह्यो घोळ झाला. त्यांनी बघितलं आसंल, पैलवानमाणूस काय न्हाई संध्याकाळी हितं. मग काय, घुसा. ही झुंडच्या झुंड शिरली गावात."

आपली ही स्तुती ऐकून बाबूला बरे वाटले. त्याचे डोळे चमकले. गालावर थोडे हसूही फुटले. मिशांवर नकळत ताव देत तो म्हणाला,

"तसंही आसंल एखांद्या बारीला."

तेवढ्यात नाना चेंगट बिडी संपवून ती बाजूला टाकीत म्हणाला,

"न्हाई तर आसं असंल...."

"कसं?...."

"भुताची साथ आली आसंल."

"भुताची साथ?"

"हां."

"म्हंजे काय?"

मग चेंगटाने खुलासा केला. प्रत्येक रोगाची साथ असते. मागे पटकीचा रोग आला होता, त्या वेळी किती तरी माणसे आजारी पडली होती. काही तर मेलीसुद्धा. त्यानंतर देवीची साथ येऊन गेली होती. गावातल्या कितीतरी पोराबाळांना आणि बायाबापड्यांना देवी आल्या होत्या. मग देवी डॉक्टर आला होता. त्याने घरोघर हिंडून सगळ्यांना लस टोचली. तशीच ही भुताची साथ आली असावी... घरोघरच्या माणसांना भुताचा काही ना काही दणका बसतो आहे, याचा दुसरा अर्थ नाहीतर काय?

चेंगटाचा हा खुलासा ऐकून सगळे जण गुंग होऊन गेले. गणामास्तर शांतपणे म्हणाला,

"म्हंजे तुझं म्हणनं काय, तर ही एक साथ है?"

"हां –" सगळ्यांनी शांतपणे ऐकून घेतल्यामुळे चेंगटाला जरा जोर चढला होता.

"त्याची काय लस असती, का पान्यातनं पसरती?"

"ते आता आपुन कसं सांगणार? ते देवरूषाला म्हाईत...! भुताचा डाक्टर त्यो आसतोय –"

"मग सरकारकडं हे कळवायला पायजे का कसं?"

“कळवा की. सरकार आनखी चार-दोन देवरूषांना पाठवील.”

नानाचे हे उत्तर ऐकल्यावर रामा खरात फक्कन हसला. रामा हसला म्हटल्यावर शिवाही थोडासा हसला. गणामास्तराचाही चेहरा मिस्कील झालेला दिसला, तेव्हा नाना चेंगटाचा चेहरा उतरला. मघापासून आपली टिंगल सुरू आहे, हे आत्ता त्याच्या लक्षात आले. तो एकदम हिरमुसला.

“जावा तिच्या आयला! तुमी जवा-तवा आमची मस्करी करीत आसता. आमी बोलतच न्हाई.”

नानाचे बोलणे संपते न संपते एवढ्यात बाबूने त्याच्या पाठीत जोराचा दणका घातला. त्याबरोबर तो मोठ्यांदा ओरडला. बाबूपासून दोन हात मागं सरकला.

बाबू शहाण्यासारखी मुद्रा करून बोलला,

“अँहँ! काय चेंगट्या तुझी अक्कल! लेका, भूत म्हंजे काय, पटकी-देवीसारखा रोगडा हाय व्हय रे?”

गणमास्तर डोळे मिचकावून बोलला,

“त्यानं आपली एक आयडिया सांगितली.”

“छॅः!... ह्या आयडियानंच वाटूळं झालंय राव समदं.”

दुखणारी पाठ चोळत चेंगट्या रागावून म्हणाला, “मग तुझी तरी आयडिया सांग. एकदा तुजा उजेड पडू दे.”

आयडिया बाबूच्या डोक्यात मघाशीच आली होती. विचार करून त्याची खात्रीच पटली होती. फक्त ती सांगायची संधी पाहिजे होती. चेंगट्याने याला ‘तूच सांग’ म्हटल्याबरोबर बाबूला उत्साह चढला.

“सांगू?”

“सांग की.”

“हसचील-बिचशील तर मार खाशील.”

“अजाबात नाही.”

बाबूने कोणतीही गोष्ट सांगायची ठरवले की बाकीच्या कुणाची त्याला हसण्याची प्राज्ञाच नसे. सगळ्यांनाच ती गंभीरपणे ऐकून घ्यावी लागे. इतकेच नव्हे, तर तीत बरंचसं तथ्य आहे, हे पहिल्या झटक्याला कबूल करावे लागे. नाहीतर बाबू काय करील याचा नेम नसे. म्हणून बाबू सांगण्यासाठी थोडा थांबला, तेव्हा सगळेच सावरून बसले. नाना चेंगट आणखी पाठीमागे सरकला. तशी वेळ आल्यास गणामास्तरच्या घराचा दरवाजा कसा गाठता येईल याचाही हिशेब त्याने मनाशी करून ठेवला.

“सांग की रे.”

“सांगतो.”

बाबूने डोळे बारीक केले. सगळ्यांकडे एकदा कावेबाज मुद्रेने पाहिले.

"तुमच्या धेनात एक गोष्ट आली का?"

"कोंची?"

"तुकाराम देवरूषी गावात आला अन् ह्यो खेळ सुरू झाला. त्याच्या आधी काय न्हवतं गावात हे आसलं...."

"व्हय, खरी गोष्ट हाय. बरं, मग?"

"त्या भडव्याचा चावटपणा असणार ह्यो."

"म्हंजे कसं?"

"त्यो तुकाराम –"

"हां –"

"भुताचा एजंट आसंल. भुतांनी इथं येऊन दंगा करायचा आन् ह्यानं कमिशन खायचं. भुतांना मेजवानी आन् ह्येला दक्षिणा."

बाबूचे हे संशोधन अभूतपूर्व होते. भुताचे कुणी एजंट असतात आणि ते भुतांना घेऊन येतात, त्यांच्या मदतीने कमिशन मिळवतात, हा प्रकार अद्यापि कुणाच्या कानावर आलाही नव्हता. भूत काढण्याबद्दल देवरूषाला पैसे मिळत होते, ही गोष्ट खरी. भुतांनाही मुर्गी पुलाव, दहीभात मिळू लागला होता, हीही गोष्ट खरी. पण दोघांचा मिळून भागीदारीतील हा धंदा चालला असेल, हे कुणाच्याही टाळक्यात आले नव्हते. त्यामुळे बाबूचा हा निष्कर्ष ऐकल्यावर जो-तो एकमेकाच्या तोंडाकडे पाहू लागला.

"मग आता ह्येला विलाज बाबूराव?"

"कुनाला तरी एकाला बदडलं पायजे. भुताला, न्हाई तर देवरूषाला."

"भुताला कसं बदडणार?"

"ते काय करतंय भडवं आम्हाला?" बाबू एकदम उसळला. "आज धा वर्सं गळ्यात मारुतीचा गंडा हाय. भुताची टाप न्हाई आपल्या अंगाला हात लावायची!"

बाबूचे हे म्हणणे खरे होते. त्याची मारुतीवरची भक्ती प्रसिद्ध होती. भूत त्याला काही करणेच शक्य नव्हते.

चेंगट लांबूनच कळवळून ओरडला,

"माजं ऐक बाबू. भुताच्या वाटंला तू आपल्या मनानं जाऊ नगंस. ते तुझ्या वाटंला गेलंय का?"

"खरी गोष्ट है –" शिवाने मान डोलावली.

बाबूला थोडा विचार पडला. चेंगटाने सांगितलेला मुद्दा नाही म्हटले तरी खरा होता. भुते-खेते आपणहून काही बाबूच्या वाटेला गेली नव्हती. त्यांनी त्याचे काही वाकडे केले नव्हते. मग आपणहून त्यांच्याशी दंगामस्ती कशासाठी करायची?

त्यापेक्षा त्या देवरूषालाच एकदा बेदम तंबी भरली पाहिजे. डँबीस मनुष्य. त्याला एकदा धडा शिकवलाच पाहिजे.

"मग काय करावं म्हणतोस शिवा?"

शिवा म्हणाला,

"आपुन सगळे त्या देवरूषाला म्हनू, काय तुझं कमिशन आसंल, ते एकदम वट्टात बोल. शे-दोनशे रुपये देऊन टाकावं. आन् ह्यो खेळखाना घेऊन चालू लाग म्हणावं."

"शे-दोनशे रुपये?... त्याच्या बापाला ठिवल्यात एवढे पैशे!" बाबू पुन्हा उसळला.

"जाऊ द्या, दुसरं काहीतरी काढा –"

गणामास्तराने विषय बदलला आणि गाडी दुसऱ्या रुळावर गेली. घटकाभर गप्पागोष्टी करून बैठक संपली. मंडळी एकमेकाच्या सोबतीने घरोघर गेली. एकटा बाबू मात्र विचार करीत राहिला. पुढे काय काय करावे, हे मनाशी एकटाच ठरवीत राहिला. पण काही सुचले नाही, तेव्हा खट्टू होऊन गप्प बसला.

चार-दोन दिवस निघून गेले.

गावात कुठे ना कुठे तुकारामाचा धंदा सुरूच होता आणि बाबू काही न सुचल्यामुळे चुळबुळ करीत घरी बसून होता.

चार दिवसांनी रात्रीच्या वेळी नाना चेंगट घाईघाईने बाबूच्या घरी आला आणि बाबूला म्हणाला,

"बाबूराव, तुम्हाला कळलं का?"

बाबू तिरसटपणाने म्हणाला,

"सांगायच्या आधीच कसं कळत आसतं रें चेंगट्या? पयले बोल, मग कळंल."

"तुकाराम देवरूषी...."

"हां. त्येचं काय?"

"त्योच सकाळपासनं आजारलाय. हातरूणावर पडून हाय."

"पन हुतंय काय?"

"ताप हाय अंगात. अजीर्ण झालंय म्हनं."

"रोज कोंबडा आन् पुलाव हानत आसंल. अजीर्ण हुईल नायतर काय हुईल!"

एवढं बोलता-बोलता बाबूच्या मनात काहीतरी विचार आला. तो ताड्दिशी उठला. घरातली फरीगदग्यातील छडी हातात घेऊन नानाला म्हणाला,

"चल बरं, बगू काय झालंय ते."

नानाला घेऊन बाबू तुकारामाच्या घरी आला, तेव्हा तुकाराम अंथरुणावर पडून

कण्हत होता. बाजूला कंदील जळत होता आणि दहा-पाच माणसे अंथरुणाच्या आसपास बसून एकमेकांशी बोलत होती. सगळीकडे गंभीर वातावरण होते.

हाताने बाकीच्यांना मागे सारत बाबू सगळ्यांपुढे जाऊन बसला. त्याने हातातली छडी मांडीवर ठेवली. कण्हणाऱ्या तुकारामकडे कुतूहलाने पाहिले. मग तुकारामाला विचारले,

"काय हुतंय?"

कण्हत-कुथत तुकाराम म्हणाला,

"पोटात कळ येतीय. अंगात जरा कनकन हाय."

"कशानं झालं?"

"काय ठावं न्हाई."

"मी सांगू?"

"काय?"

"तुमालाबी धरलं भुतानं."

"छ्या:!"

तशाही परिस्थितीत तुकारामाला हसू आले. पण बाबू गंभीरपणे इतर लोकांना म्हणाला, "खरी गोष्ट हाय. मागं बेरडवाडीत एका देवरुषाला आसंच घोळसलं भुतानं. तेबी भूत काढावं लागलं."

एवढे बोलून त्याने एकदम हातातली छडी वर उचलली आणि सप्पकन तुकारामाच्या अंगावर दात-ओठ खात ओढली. त्याबरोबर बेसावध तुकाराम एकदम 'आगंगंगं... आई ई...' करून ओरडला आणि ताड्दिशी उठून बसला. बाबूने लगेच दुसरी छडी ओढली.

"मेलो... मेलो...."

तुकाराम गुरासारखा ओरडला. सगळीकडं एकदम खळबळ उडाली. त्याची बायको रडत-ओरडत बाहेर आली. हा काय प्रकार चालू आहे, हे कुणाला समजेना. कुणीतरी ओरडले,

"बाबू मर्दा, आरं, काय चालीवलंयस तू....?"

पण तेवढ्यात बाबूने छडीचा आणखी एक रट्टा दिलाच.

"देवरूषाला लागलेलं भूत – बाबा आसंच घालवावं लागतंय. बघा तुम्ही, आत्ता जातंय का न्हाई ते."

...आणि त्याने पुन्हा एक छडी अगदी इमानाने तुकारामाच्या पोटावरून ओढली. मग विचारले, "काय? जायचा इचार हाय का न्हाई?"

तुकाराम पुन्हा एकदा मोठ्यांदा केकाटला. पण आणखी एक-दोन छड्या बसल्यावर मात्र त्याच्या अंगातले भूत घाबरले. गयावया करीत ते म्हणाले,

“जातो मी... जातो... पाया पडतो... पण मारू नकोस.”

“सोडशील का न्हाई झाडाला?”

“सोडतो....”

“कुठं धरलंस ह्येला? सांजच्याला लिंबाखाली का त्या?”

तुकारामाने डोळे उघडून हताशपणे पाहिले. बाबूचा भेसूर चेहरा बघून त्याने मुकाट्याने कबूल केले की, काल संध्याकाळी लिंबाच्या झाडाखालून जात असताना मी ह्या झाडाला धरले.

त्याबरोबर बाबूने सगळ्या मंडळींकडे नजर टाकली. त्यांनीही आपली खात्री पटली असे चेहरे केले. मुंड्या हलवल्या.

“उद्याच्या उद्या गावातून जायला पायजे.”

“व्हय....”

“मागं कुणी ऱ्हाता उपेगी न्हाई.”

“न्हाई ऱ्हानार.”

“तुला काय खायला पायजे? मुर्गी? दहीभात?” बाबूने खोचून विचारले.

“काय न्हाई?”

“ठीक आहे. मग उद्याचा वायदा! लक्षात ठिव.”

“व्हय....”

एवढे बोलणे झाल्यावर बाबूने छडी आवरती घेतली. सगळ्या मंडळींकडे एकदा विजयी मुद्रेने पाहिले. मग तो एकदम बाहेर पडला.

दुसऱ्या दिवशी संध्याकाळी नाना चेंगट घरी येऊन बाबूला म्हणाला, “बाबूराव, तुकाराम आता गेला. सामानबिमान भरलं गाडीत. बायको-पोरं घेतली आन् गेला. निजूनच हुता गडी. सारखा वरडत होता.”

बाबू खूश होऊन हसत म्हणाला,

“मला म्हाइतच हुतं. बरं झालं गेला.”

नाना थोडा वेळ गप्प बसला. मग धीर करून बाबूच्या जवळ सरकला. म्हणाला,

“आपलं बाबूराव... ही देवरूषीपणाची विद्या तुमी कवा शिकून घेतली? आमालाबी उलीशी शिकवा की. म्हंजे पुन्हा आंधारात एकटं-दुकटं जायाला भ्या वाटाया नगं. निदान छडी कशी हानायची, एवढं म्हाईत हूं द्या....”

□

खव्याचा गोळा

गावाच्या ऐन मध्यवस्तीत पांडू गुराड्याचे हॉटेल होते. रस्त्यावरून लोकांची ये-जा सारखी चाललेली असायची. या गर्दीकडे निर्विकारपणे बघत पांडू गल्ल्यावर बसलेला असे. बसून-बसून फारच कंटाळा आला, तर मधूनमधून बुडाचा कोन बदली. कधी वर्तमानपत्रातल्या घात-अपघाताच्या बातम्या वाची. हाताला चाळा म्हणून गल्ल्यातले सुटे पैसे वाजवी. त्यांच्या खळखळाटानेही त्याला बरे वाटे.

हॉटेलात पांडूच्या गल्ल्याला लागूनच दहा-बारा टेबले, आडवी बाकडी, आतल्या बाजूला ताजा माल भरलेली एक-दोन कपाटे, उघड्या परातीत गरमागरम भजी. चहाचे चुलाण सतत पेटलेले. गिऱ्हाइकांची वर्दळ वाढली की पोरांची लगबग. गिऱ्हाइकांना चहा-भजी देण्यासाठी त्यांची धावपळ. पांडूने कर्कश आवाजात एक हाक मारली की, सगळ्यांची तारांबळ उडे. केव्हा मालक खवळेल आणि फाड्कन थोबाडीत देईल, त्याचा नेम नसायचा. कधी कधी गिऱ्हाईकसुद्धा घाबरून जाई. मुकाट्याने असेल नसेल ते खाऊन, पैसे गल्ल्यावर ठेवून बाहेर पडे.

स्वयंपाकघराच्या आतल्या बाजूला कोठीची खोली होती. चहा-साखरेचे डबे, नाना तऱ्हेची पिठं, कांदे-बटाटे यांची पोती – या गोष्टी तिथं अस्ताव्यस्त पडलेल्या असायच्या. पोरांच्या विश्रांतीची खोलीही तीच. कामधाम नसले म्हणजे हॉटेलातील पोरं इथे येऊन पसरत. कपडे बदलत. एकमेकांशी गप्पागोष्टी करीत बसत.

आज पांडूने पंचवीस-तीस किलो खवा बाजारातून खरेदी करून आणला होता. एकेका किलोचा एकेक गोळा. परात नुसती गच्च भरली होती. खव्याचा खमंग वास सगळीकडे पसरला होता. नुसते बघितल्यावरही तोंडाला पाणी सुटत होते.

मधल्या वेळचे काम संपवून सखाराम आत आला आणि त्याचे लक्ष त्या खव्याच्या परातीकडे गेले. त्याच्या तोंडाला एकदम पाणी सुटले. हाडकुळा, एक

डोळ्याचा हा पोरगा मोठा कलमी होता. कुणाला नकळत हॉटेलातील चांगल्या-चांगल्या पदार्थांवर कसा ताव मारावा, या बाबतीतील त्याचे कसब वाखाणण्याजोगे होते. पांडूसारख्या खवीस मालकालासुद्धा तो कधी सापडला नव्हता.

'आयला! खवा साला एकदम हायकलास! एक गोळा तरी पोटात गेलाच पायजे. खाताना काय मजा वाटती –'

असे मनाशी म्हणत सखारामने परातीतील वरचाच किलो-दीड किलोचा गोळा उचलला. इकडे-तिकडे पाहिले. आता त्याचा पहिला लचका तोडणार तेवढ्यात बाहेर पांडूची गुरगुर ऐकू आली.

''बारक्या, का बसलाहेस लोद्या तिथं नुसता? ती खव्याची परात सैपाकघरात दे. संध्याकाळी गुलाबजाम तयार पायजेत म्हणावं.''

सखारामने पटकन् हातातला गोळा जवळच्या एका फडक्यात गुंडाळला. गाठ मारली. भिंतीवर झरोक्याखाली खिडकी होती, तिथं फळीवर फडकं ठेवून दिलं. मग खाली बसून कोपऱ्यातल्या आरशात भांग पाडण्यात स्वारी गुंग होऊन गेली. बारक्या आला, त्याने परात उचलली, आत नेली – हे सगळे त्याने पाहिले. पण तिकडे आपले लक्षच नसल्यासारखे दाखवून तो गुपचूप भांग पाडीत राहिला. जरा सामसूम झाली की फळीवरचे फडके खाली काढावे, हळूच पिशवीत टाकावे, काही तरी निमित्ताने बाहेर सटकावे आणि त्या खव्याचा मनसोक्त आस्वाद घ्यावा – हा सखारामचा हिशेब मनातल्या मनात तयार होता. पण त्याला पाहिजे होती तशी सामसूम लवकर झालीच नाही. कुणी ना कुणी तरी खोलीत येतच राहिले. शेवटी त्याची विश्रांतीची वेळही संपली. पुन्हा तो कामावर हजर झाला. हरकत नाही. आता नाही जमले तर संध्याकाळी. नाही तर उद्या सकाळी. आपल्याला काही गडबड नाही. सावकाश खाऊ. असा नामांकित पदार्थ खायचा म्हणजे घाई-गडबड उपयोगाची नाही... कसे निवांतपणे झाले पाहिजे!

पण सखारामच्या नशिबात आज खवा नव्हताच!

सखाराम बाहेर काम करीत होता त्या वेळी आतल्या कोठीच्या खोलीत मांजर खुडबुड करीत होते. त्याला कसा वास बरोबर आला. फळीवरचे गाठोडे त्याने तोंडात धरून जी धूम ठोकली ती वरच्या झरोक्यातून पलीकडच्या घराच्या माळवदावर. सखारामप्रमाणे त्यालाही निवांतपणा हवा असावा. पण माळवदावर त्याने प्रवेश करायला आणि घडशाच्या गंगीने माळवदावर यायला एकच गाठ पडली. 'धप्प' करून एकदम आवाज झाल्यावर ती घाबरली. बघते, तर एक गलेलठ्ठ बोका आणि त्याच्या तोंडात कसले तरी कळकट गाठोडे. 'हात् मेल्या –' असे म्हणून तिने जरा वाकून माळवदावरचा दगड उचलून फेकला. तो ओझरता लागल्याबरोबर तो बोका दचकला. गाठोडे तिथंच टाकून वाट फुटेल त्या बाजूने धूम पळाला.

गंगीला मनापासून आनंद झाला. रोज मुडदा घरात येऊन सांडलवंड करून जातो. आज चांगला घावला. बरा बसला दगड पाठीत. तरी लहानच हाताशी आला. चांगला एखादा टोण्या हातात यायला पाहिजे होता. म्हणजे उलथेपालथे झाले असते. दिवस नाही, रात्र नाही; सारखा मुडदा फेऱ्या घालत असतो. हाय काय मेल्या आमच्या घरात सारखंसारखं यायला तरी? रातच्याला कळवण लागली दुसऱ्या बोक्यासंगं म्हणजे सगळी झोप जाती. बरा हाणला आज.

मग तिचे लक्ष समोर गेले.

ते गाठोडे तसेच तिथे पडले होते. तिला आक्रीतच वाटले. मघाशी बोक्याच्या तोंडात तिने ते पाहिले होते. कुठून आणले, कुणास ठाऊक. अन् काय असेल बरं त्या गाठोड्यात? जवळ जाऊन सोडून बघावे का? काही तरी मांस-मस्कांड तर नसेल? नको बया. हाताला उगीच घाण लागायला नको.

जवळ जाऊन बघावे, तर भीती वाटायला लागली. पण काय आहे काय त्यात, हे कळल्याशिवाय गप्पही बसवेना. मग गंगीने वरनं माळवदावरनंच घाईगडबडीने शेजारच्या सखूबाईला हाक मारली.

“ओ सखूबाई, वर या आशिक, वर या.”

सखूबाईने तोंडात दाताखाली लुगड्याचा पदर धरला होता. अंगातली चोळी काढली होती. घराच्या उंबऱ्यापाशी बसून सुईने ती उसवलेली चोळी शिवत होती. तिने कपाळाला आठ्या घातल्या.

“ओ सखू –”

“काय म्हणतीस गं गंगे?”

“अहो, हे माळवदावर काय पडलंय बगा.”

“काय पडलंय?”

“कसलं तरी गठुडं हाय. मांजरानं टाकलंय – या तर आशिक वर.”

‘गठुडं’ म्हटल्यावर सखूबाईला एकदम उत्सुकता वाटली. दाताखाली धरून तिनं कचकन दोरा तोडला. रिकामी झालेली सुई दोऱ्याच्या लहानशा तुकड्यासह डोक्यात खोवली. मग हातातली चोळी बाजूला ठेवून अन् छातीवरचा पदर अंगाभोवती नीट ओढून घेत ती उठली आणि अन् लगालगा जिन्याने माळवदावर गेली.

“काय म्हनतीस गं गंगे?”

लांबलचक हातवारे करीत गंगी बोलली,

“ते बगा की गठुडं!” सखूबाईने पाहिले. माळवदाच्या कडेला एक मळकट गाठोडे पडलेले होते खरे.

“व्हय गं, व्हय. पर आलं कसं हितं?”

“बोक्याच्या तोंडात हुतं. मी दगुड हानला. त्याबराबर गठुडं टाकून पळालं.”

“ते बरं केलंस.”

असे म्हणून सखूबाई गंगूच्या दोन पावले पुढे गेली आणि निरखून-निरखून बघू लागली. गंगीही तितकीच पावले पुढे येऊन तिच्यापाशी उभी राहिली.

“काय आसलं वो गठुड्यात?”

“आता कुनाला दक्कल!”

“काय मांस-मस्कांड तर नसंल?”

“आसंल. बोक्याला काय मुडद्याला. एखादं पिल्लूसुदिक आणलं आसलं मांजरीचं. बोका खातो म्हनत्यात.”

“या बया! काय जात हलकट आसती वो... बगता का तुमी सोडून?” सखूबाई ठसक्यात बोलली.

“मी बगू? आन – तुला काय धाड आली गं?”

“मला लई भ्या वाटती.”

“आन आमाला काय मजा वाटती?”

“तसं न्हवं.”

“मग कसं?”

असे म्हणून सखूबाईने लढाऊ बाण्याने एक-दोन हातवारेही केले. पण त्यामुळे तिने हातात धरलेला अंगावरचा पदर निसटला आणि जहाजाच्या शिडासारखा वाऱ्याबरोबर फडफडू लागला. तो कसाबसा सावरीत ती नाराजीने म्हणाली,

“तू बगितलंयस ना पयल्यांदा; आता निस्तर तूच. आमाला नको गुतवू त्यात.”

दोघींचे हे बोलणे सुरू होते त्या वेळी गंगीचा नवरा बापू खाली खोलीत लोळत होता. रात्रभर पत्ते खेळून त्याचे डोळे चुरचुरत होते. दोघींच्या तार स्वरातील बोलण्याने त्याची सुस्ती उडाली आणि तो धोतर नीट खोचत वर माळवदावर आला. सखूबाईकडे बघत म्हणाला,

“काय झालं हो सखूबाई?”

गंगीचा नवरा हा रिकामटेकडा आणि फाजील मनुष्य आहे, असे सखूबाईचे मत होते. बायको समोर असताना त्याने हा प्रश्न आपल्याला विचारावा याचा तिला रागच आला. त्यातून आपल्या अंगात चोळी नाही, ही गोष्ट ध्यानात आल्यामुळे ती जास्तच शरमली. नाराजीच्या सुरात म्हणाली,

“इचारा की बायकूला आपल्या. मला कशापाई मधी घेताय?”

एवढे बोलून ती तरातरा तिथनं निघाली आणि जिन्याजवळ जाऊन उभी राहिली. असेच खाली जावे, असे तिला वाटले. पण गंगीचा नवरा पुढं काय करतो, त्या गाठोड्यात नेमके काय आहे, हे कसे कळणार? ते कळल्याशिवाय खाली जाणे योग्य नाही.

एवढ्यात गंगीने आपल्या नवऱ्याला सर्व वृत्तांत सांगितलाच होता. बापू मग थांबलाच नाही. झटकन चार-दोन ढांगा मारून त्याने ते गाठोडे उचलले आणि त्याला मारलेली गाठ सोडून ते मोकळे केले. त्याच्या हातावरच ते फडके एकदम पसरले. खव्याचा मोठा गोळा सगळ्यांना दिसला.

फडक्याला एकदा नाक लावून बापू ओरडला,

"अगं, खवा है खवा!"

"काय म्हंता? खवा?" गंगीने डोळे विस्फारले.

"मंग काय सांगतोय काय? खवाच है. दुसरं-तिसरं काय न्हाई. निव्वळ खवा है." गंगीने धावत जाऊन खात्री करून घेतली. तिचेही तोंड फुलले. मोहरा वळवून ती म्हणाली,

"खवा है सखूबाई, खवा. बगितलं का?"

सखूबाईने बघितलेच होते. पदर सावरीत तिने तोंडाचा 'आ' केला. आपण का नाही धाडस दाखवले, अशी रुखरुख तिला वाटली.

"अगं बया, खरंच की! कुठनं आणला आसंल मुडद्यानं, कुनास ठावं?"

"कुठनं का आणंना. आपली चंगळ तर झाली?"

"नुसती तुमची कशी? समद्यांची झाली म्हणा."

"म्हंजे?" बापू बारकाईने सखूबाईकडे बघत म्हणाला.

"आवो, गठुडं आम्ही दोघांनीबी बगितलंय. माझाही वाटा हैच की त्यात." गंगी हातवारे करीत ठसक्यात बोलली.

"ऊं! मलाच निस्तर म्हणालीस की गं मघा. आता बरा वाटा है गं तुझा?"

"तसं न्हवं. संगतीनं वाटून घ्यावं लागतं."

"तसलं काही न्हाई चालायचं."

बापू गंगूची समूजत घालीत म्हणाला,

"बरूबर है त्यांचं म्हननं."

"काय बरूबर है?"

"सखूबाई आपल्याच हैत."

"बास बास! लई झालं तुमचं शानपन –" गंगी चिडली. बापूची लगट वाढली तशी सखूबाई तिथनं लटकन् हलली. दणादणा जिना उतरून खाली निघून गेली. मग रागावलेल्या गंगीकडे पाहून बापूने डोळे मिचकावले.

"आगं, मुद्दामच बोललो तसं. गेली का न्हाई लगीच खाली मग? न्हाई तर जीव खाल्ला असता तुझा. व्हय का न्हाई?"

गंगीने मान हालवली. चेहरा लाडिक केला.

"आता काय करायचं वो ह्या खव्याचं?"

"तुला काय वाटतं?"
"पेडं करायचं का?"
"पेडं? हॅट्...."
"मंग गोड पोळी? खवा घालून?"
"नगो."
"मग नुस्ताच खायाचा का?"

बापूने तोंडाने आवाज काढून या सूचनेलाही नकार दिला. गंगीला काही समजेना. आपला नवरा म्हणजे एक तर्कटीच काम आहे. जे विचारील त्याला नाही म्हणतो. मग याच्या मनात तरी आहे काय?

"मग काय करायचं म्हंता वो?"
"इकायचा."
"इकून टाकायचा?"
"हां."

बापूने मग खासगी आवाजात आपली योजना गंगीला सविस्तर समजावून सांगितली. चांगला किलो-दीड किलो तरी खवा आहे. आडगिऱ्हाइकी विकला तरी सात-आठ रुपये येतील. नुसता खाऊन फस्त करण्यापेक्षा तो विकण्यात फायदा आहे. रोकडा हातात येईल. एखादा सिनेमा होईल. हॉटेलात खाणंपिणं होईल. एक दिवसाची चंगळ होऊन जाईल. चार पैसे उरलेच, तर गंगीला झंपरला एखादं कापड आणता येईल. नुसता खवा खाण्यापेक्षा हा विचार शहाणपणाचा नाही का?

गंगीला ते पटले. ती खूश होऊन हसली. तवकीर लावलेले तिचे पुढचे काळेभोर दात लख्कन चमकले.

"तसंच करा, लई दिस झालं शिनंमा बगून."
"मंग सांगतोय काय!... आज जोडीनं बगायचा शिनंमा तिच्या मायला!"
"खिक्ऽऽऽ..." गंगीला एकदम फक्कन हसूच आले.

सोडलेले गाठोडे पुन्हा नीट गाठीने बांधून बापू घाईघाईने निघाला. तो मनाशी म्हणत होता – एक सिनेमा दाखवून टाकू बायकोला, म्हणजे काम खूश. गंगीला पिटात बसवू आणि आपण नीट अड्डा गाठायचा. मटका लावायचा. थोडी हातभट्टी ठोकायची. आज रात्रभर पैशाला मरण नाही. उद्याचे उद्या बघू.

पण खाली गेल्याबरोबर सखूबाईचा नवरा बाबू शेकाटे भेटला. बापूच्या हातातील गठुडे बारकाईने न्याहाळत तो म्हणाला, "काय, कसा काय हाय खवा?"

"कसा काय म्हंजे?"
"न्हाई म्हंजे, चवीला कसा काय?"
"काय बगितलं न्हाई."

"बगू जरा वानवळा."

बाबूने आपला हात पुढे केला. बापूने त्याच्याकडे कोल्ह्यासारखे पाहिले. बाबू शेकाटे हा उगीच पाप्याचे पितर होता. अंगात ताकद म्हणाल तर कसलीच नव्हती. पण त्याचे तोंड जबदरस्त होते. मटकेवाल्याचा तो पंटर होता. त्याच्या खिशात दहा-पाच रुपये नेहमी खुळखुळत असत. बापूने दोन-चार वेळा तरी पैशाची उसनवारी केली होती. ते पैसे त्याने अजून दिले नव्हते. ह्यामुळे बापू शेकट्याला जरा दबून होता. हातातल्या गठडीवरची पकड पक्की करीत तो मान हलवीत म्हणाला,

"ह्यॅ ह्यॅ:!... बाबू, वेड का खूळ?"

"का बरं?"

"आरं, दुसऱ्याचा माल. खाल्ला तर पचंल का आपल्याला? मी आपला परत करून टाकनार. काय खुशीनं त्यानं चार-आठ आनं दिलं तर घेनार. बाकी आपली वासना काई न्हाई." बाबूने त्याच्याकडे संशयाने पाहिले.

"पन तुला कसं कळंल, कुनाचा माल है त्यो?"

"आपसूक कळतंय. गल्लीत चार लोकांना इचारलं की समजतंय. खवा काय समदं घेतेत का?"

"मग मी येऊ का संगट?"

"काय करायचंय? आत्ता देऊन येतो. आपल्याकडं आसं हरामी काम न्हाई."

एवढे बोलून बापू घाईघाईने तिथून सटकला आणि घराबाहेर पडला. बाबू शेकाट्याने एकवार सखूबाईकडे पाहिले. तिला डोळा घातला. मग दोन मिनिटांनी तोही बाहेर पडला. बाबू कोठे गेला, हे शोधक दृष्टीने पाहत गल्लीतून हिंडत राहिला.

पण बापूने त्याच्याआधीच सगळा बेत पक्का मनात तयार ठेवला होता. तो बाहेर आला आणि झट्कन दोन घरं टाकून पलीकडे असलेल्या गुराड्याच्या हॉटेलात घुसला. गल्ल्याजवळचे बाकडे पकडून रस्त्यावरल्या कुणालाही आपण दिसणार नाही, अशा पद्धतीने बसला. खुशीत येऊन त्याने सखारामला हाक मारली,

"ए, एक पेशल, आन् आधी धहीमिसळ आन."

गल्ल्यावर खुर्दा वाजवीत बसलेला पांडू गुराडे म्हणाला,

"पैशे हैत का बापू? उधारीबिधारी भानगड न्हाई हां. आधीच सांगून ठिवतो."

"हॉ: हॉ:!... रोकडा देतो की, मग काय हाय का?"

बापूने पहिल्यांदा दहीमिसळ चापली. मग ऐटीत स्पेशल चहा घेतला. इकडं-तिकडं पाहत दोन मिनिटं वेळ काढला. गल्ल्याजवळ दुसरं कुणी नाही अशी वेळ साधून त्याने मालकाला हाक मारली,

"पांडबा –"

पांडू गुराडे संशयाने त्याच्याकडे पाहत गुरगुरला, "काय रं?"

"ह्यो माल बगा की. तुमच्या उपेगाचा है."

बापूने गठळी सोडून पांडूच्या हातात दिली. आतील खव्याचा गोळा पांडूने नीट न्याहाळून पाहिला. मग पुन्हा बापूकडे नजर टाकली.

"तुझ्याकडं कुटून आला खवा?"

"माझ्याकडं कुटून येतोय? खवा खायला आमी काय वाण्या-बामणांचं हैत का?"

"मग?"

"ते काय झालं – आमची माळवण आलती आज. एकलासपूरला आसती ना, ती. तिचं दुधदुभतं है. तर ती खवा घेऊन आली. म्हणाली, एवढाच आता कुठं इकत बसू? ऱ्हाऊ द्या तुमाला. ठेवून गेली. मी म्हनलं, आपल्याला तरी काय करायचा है? इकून टाकावा. तेवढेच दहा-बारा रुपये."

बापू दात काढून हसला. भोळसटपणाचा आव आणून त्याने ही हकिगत सांगितली. एक डोळ्याचा सखाराम ती कान टवकारून ऐकतच होता. तो गोळा आणि ते फडके बघून त्याच्या पोटात गोळा उठला होता. डोक्यात काही तरी किल्ली फिरली. गल्ल्याजवळ येऊन फडके तपाशीत सखाराम मालकाला म्हणाला,

"हे फडकं आपलं है. हे ह्याच्याजवळ कुठून आलं?"

पांडू गुराड्याला संशय आलाच होता. सखारामने अशी साक्ष दिल्यावर तर तो पक्काच झाला. त्यानेही ते फडकं वर-खाली करून बघितलं.

"खरंच की, आपलंच है हाटिलातलं! ए बाप्या, खरं सांग – ह्यो खवा कुठनं आणलास?"

बापू मनातनं हादरला, पण वरकरणी काही न दाखवता हसण्याचा प्रयत्न करीत बोलला, "हे: हे:!... अहो, फडक्यासारखं फडकं. काय तरी खूळ!"

"आरं, पण खवा वळखतोया मी. आजच बाजारातनं खरेदी केलाय. त्यातलाच हाय ह्यो."

आता याच वेळेला बाबू शेकाटे आत का येऊ नये? तोही आला. गल्ल्याजवळ उभा राहून हा संवाद ऐकत उभा राहिला.

"ॲहॅ बापू, ॲहॅ...! किती पालिशी करशील? आरे, आत्ता घरात मला म्हणालास की –"

"काय म्हणाला भोसडीचा?" पांडूची गुरगुर वाढली.

"ह्यो खवा आपल्याला सापडल्याला है. ज्याचा आसंल त्याला देऊन टाकनार. आपल्याला कुनाचा हरामाचा माल नको म्हणलं गावडं हे!"

"आसं? हरामाचा माल काय? आरं साल्या –"

"आवो, माजं ऐकून तर घ्या –"

"तू आधी आत चल. कुठनं कसं चोरलंस, ते सांग. न्हाईतर उचलून उशीच करतो आता."

सखाराम भज्याची प्लेट गिऱ्हाइकाला देत मधे तोंड घालून म्हणाला,

"ती वर खिडकी है ना खिडकी, तिथनं फळी हाताला लागती. तिथनं हात घालून त्यानं पळविला आसनार, मी सांगतो की."

बापू गांगरून म्हणाला,

"अरे हॅट! कुठली खिडकी? मला ठावं सुदिक न्हाई तुझी खिडकी का फिडकी?" बाबू शेकाटे म्हणाला,

"रोजच्याला तर लेका माळवदावर झोपतोस की. दोन माळवदं टाकून लगीच ही खिडकी है. मला ठावं है आन् तुला कसं ठावं न्हाई रे?"

आता प्रश्नच मिटला. पांडू गुराडेची खात्रीच पटली. तेवढ्यात सखारामने पुन्हा महत्त्वाची भर घातली –

"न्हाईतर मालक, पोरगं आपलं एखादं सामील आसंल त्येला. त्येनं खिडकीतनं माल द्याचा आन् ह्यानं माळवदावरनं घ्याचा. दोघांचं मधून काम चालल्याचं आसनार. मधनं-आधनं माल गडप होतोय म्हणून तुमीच वरडताय् का न्हाई?"

बाबू शेकाट्याने विडी पेटवली. मान हालवून हा मुद्दा आपल्याला पटल्याचे सांगितले. पांडू गुराडे गल्ल्यावरनं उठला. बापूचे बकोटं धरून त्याला उभे केले.

"तू आत चल बाप्या, तुला खिडकी-बिडकी समदं दाखवतो. ए सक्या, गल्ल्यावर बस."

सखाराम गल्ल्यापाशी थांबला. मग पांडूने बापूचा हात तसाच धरून त्याला आत नेले. बाबू शेकाटेही त्याच्या मागोमाग अगांतुकपणे आत गेला. आत पाच-दहा मिनिटे काय झाले, कुणालाच कळले नाही. पांडूच्या चार-दोन शिव्या तेवढ्या पहिल्यांदा ऐकू आल्या. मग बापूची, 'मेलोऽऽ ए, मेलोऽ तुझ्या आयला... किती माराय लागलाहेस?...' ही एक-दोन वाक्ये अर्धवट ऐकू आली. मग सामसूम झाली.

पाच-दहा मिनिटांनी कण्हत-कुथत बापू खालमानेने बाहेर आला. कुणाकडे न बघता हॉटेलच्या बाहेर पडला. त्याच्या पाठोपाठ बाबू शेकाटेही कृतकृत्य मुद्रेने बाहेर पडला.

घरी गंगी वाटच बघत बसली होती. बापू कण्हत-कुथत, कमरेवर हात देत घरात आला आणि काही न बोलता अंथरुणावर पडला. त्याचे दोन्ही गाल काळेनिळे झाले होते. कमरेला जबरदस्त ठणका लागला होता, 'आगं आई गं' करीत तो रकट्यावर पडला. गंगीला काही कळेना.

"किती मिळालं हो पैशे?"

"पैशे न्हाई मिळाले." बापू विव्हळला.

"मग?"

"त्यो खवा शेजारच्या हाटिलातला हुता. पांड्या गुराड्याचा."

"आगं बया! मग? त्यानं काय दिलं का न्हाई?"

बापू कुथत हळू आवाजात म्हणाला, "म्याच म्हणालं, कशाला आसलं हरामचं पायजे आपल्याला? घेऊन टाका. तुमचाच माल है तर तुमी घ्या. त्यानं दहीमिसळ दिली. चा दिला पेशल. तेवढा घेऊन आलो मागारी."

❑

भोकरवाडीतील मारामारी

सकाळी दहा-साडेदहाची वेळ. उन्हे झकास पडली होती. गार वारा वाहत होता. रोजचे व्यवहार केव्हाच सुरू झाले होते आणि बाबू पैलवान अंगणातील पायऱ्यांवर दोन्ही पाय सोडून आरामात बसला होता. त्याच्या डाव्या हातात राखुंडी होती. उजव्या हाताच्या बोटाने तो दात घाशीत होता. त्याचे तोंड तर काळे झाले होतेच, पण तोंडाजवळचा बराचसा भागही काळाकुट्ट झाला होता. बाबूचे हे वैशिष्ट्य होते. तो एकदा दात घासायला बसला म्हणजे कमीत कमी अर्ध्या तासाची निश्चिंती असायची. हाताच्या तळव्यात जेवढी मावे, तेवढी राखुंडी त्याला लागे. आणि भिंतीला रंगाचे थरामागून थर द्यावेत, तशा पद्धतीने त्याचे दात घासायचे काम चाले. तोंडाजवळचा भाग तर काळाकुट्ट होईच, पण कधी कधी त्याच्या मिशाही सबंध गालावर पसरल्यासारख्या दिसत. अशा वेळी त्याची मुद्रा एखाद्या प्रेमळ राक्षसासारखी दिसत असे. जसजसे घासण्याचे थर चढत तसतसे त्याचे डोळे चमकू लागत आणि तोंडावर बारीक हसू उमटे.

आजही बाबू पैलवान असाच मोठ्या निष्ठेने आपले नेहमीचे दात घासण्याचे काम उरकत होता. तेवढ्यात खाड्कन दारापाशी काहीतरी वाजले. घाईघाईने कुणीतरी आत आल्याचे त्याला जाणवले. तोंडातला काळा थुंका बाजूच्या कोपऱ्यात टाकून बाबूने दरवाजाकडे पाहिले. बघितले तो –

दारात नाना चेंगट धडपडत कसाबसा उभा. घाईघाईने आत शिरायचा प्रयत्न केल्यामुळे उंबऱ्याला ठेचकाळून मग तो आत आला होता आणि एक पाय वर उचलून पायाच्या अंगठ्याचे बोट हातांनी धरून 'अगंगंगं...' करीत होता. त्याची मुद्रा कळवळलेली होती. एखाद्या गरीब गाढवासारखा उभा राहून तो बाबूकडे पाहत होता.

करारी मुद्रेनं बाबूने पुन्हा एकदा काळी थुंकी बाजूला टाकली. मग तोंडाचे काळे

हाताने पुसत तो रागावून म्हणाला,

"का रं चेंगट्या, दिसत न्हाई नीट, तर चालतूस कशाला? – आं? कशाला धडपडलास?"

तोंडाने 'अगंगंगं' करीत चेंगट तसाच उभा होता. मग पाय खाली टेकवून तो म्हणाला,

"बाबूराव...."

"काईतरी भानगड घिऊन आला आसचील?"

"भानगड न्हवं...."

"मग?"

"मारामारीचा खेळ चालल्याला है."

"मारामारीचा खेळ? आपल्या गावात?" बाबूला आश्चर्य वाटले.

"मग सांगतोय काय!"

मारामारीचा खेळ हा काय प्रकार आहे, हे त्याला समजले नाही. पण 'मारामारी' म्हटल्याबरोबर बाबूचे डोळे एकदम चमकले. मारामारी हा त्याचा अगदी ऐच्छिक विषय होता. हा शब्द ऐकल्याबरोबर तो खूश होत असे.

जवळची तपेली उचलून त्याने घाईघाईने गुळणा केला. 'खुळखुळखुळ' करीत त्याने इतका वेळ तोंड वाजविले की आता त्याचे तोंड धुणे आज काही संपत नाही, असे चेंगटाला वाटू लागले. तो तर ही बातमी सांगायला अगदी उत्सुक झाला होता. घाईघाईने सविस्तर बोलण्यासाठी तो पुढे सरसावला, तेवढ्यात बाबूने तोंडातली चूळ अंगणात टाकली. त्यामुळे ती चेंगटाच्या धोतरावरच पडली आणि चेंगटाच्या धोतराचा पुढचा सगळा भाग भिजला. 'अरारारा' करीत घाईगडबडीने मागे सरकून निषेधाच्या स्वरात तो म्हणाला,

"काय हे बाबूराव? आता बाहेर पडायची पंचाईत झाली. कुणी बघितलं म्हंजी काय म्हणतील? एवढा मोठा घोडा झाला पन आजून..."

हे ऐकून बाबूला एकदम हसू आले. त्यामुळे त्याच्या तोंडातील उरलेले पाणी कारंज्याप्रमाणे फस्सकन् उडाले आणि अंगणभर पसरले. पण या वेळी नाना सावध होता. तो आधीच मागे सरकला आणि भिंतीला टेकून उभा राहिला. त्यामुळे पुन्हा धोतर ओले झाले नाही. फक्त एवढेच झाले की, पाठीमागच्या भिंतीला एक जुनी खुंटी होती, ती त्याच्या टाळक्याला सट्कन् लागली आणि त्याला पुन्हा एकदा मार बसला. 'अहाहाहा...' करीत डोक्याला हात लावून तो गपचीप उभा राहिला.

बाबूचे तोंड आता पूर्ण रिकामे झाले होते. मुद्रा प्रेमळ करून तो म्हणाला,

"असा फुडं ये की चेंगटू. मारामारी म्हंजी काय झालंय? कुनाकुनात..."

"भायेरचे लोक हैत –" नाना हळुवारपणे डोक्याचा मागील भाग कुरवाळीत

बोलला, "चार-पाच हैत."

"भायेरचे लोक? आन् हितं येऊन मारामारीचा खेळ करत्यात? आन् आमी काय मेलोय?" बाबू चवताळलाच. "कुठं, चाललीया कुठं मारामारी?"

"चावडीम्होरल्या पटांगणात. लै गर्दी जमलीया बगायला."

"आसं?" बाबूला आश्चर्य वाटले. "आन् आत्ता आलास व्हय सांगायला मला? तुला काय अक्कल?"

"म्याबी आत्ताच बगितली..." नानाने अपराधी मुद्रा केली.

"आधी का न्हाई बगितलीस?" बाबूचा हा प्रश्न बिनतोड होता. नानाने पुन्हा अपराधी मुद्रा केली.

"काय कारन काय पन मारामारीचं?"

नानाने तोंडाने 'च्युक्' असा आवाज काढला.

"काय की बाबा, काई कळलं न्हाई. दनादन चाललंय. धर की हापट!"

"आरं तिच्या आयला –" बाबूला आश्चर्य वाटले, "म्हंजे काय, डिटेलवार सांग तर खरं –"

नानाने मग सगळी हकिगत तपशीलवार सांगितली. इतक्या विस्ताराने, की बाबूला चीडच आली. म्हणजे गंमत काय झाली, खरं म्हणजे नानाला ही हाणामारी पाहायलाच मिळाली नसती. तोही नेहमीप्रमाणे उशिराच उठला होता. पाणी भरायला म्हणून ओढ्याकडे चालला होता. पण वाटेतच सुताराची आनशी भेटली. ती फारच गडबडीने चालली होती, म्हणून नानाने तिला हाक मारली, "काय आनशे, कुठं निगालीस एवढी फास्ट, एवढ्या सक्कासक्काळची?" तर काही बोललीच नाही. मग पुन्हा विचारलं तर म्हणाली, "तुला मुडद्या कशाला पायजेत एवढ्या बारीक चवकशा? चालली आशीच." मग पुन्हा विचारले तेव्हा ती म्हणाली, "चावडीपाशी कसली तरी मारामारी मगाधरनं चाललीया, ती बघाया चालले."

इतके सगळे ऐकल्यावर नानालाही उत्सुकता निर्माण झाली यात काही आश्चर्य नव्हते. पाण्याचा माठ तसाच हातात धरून तोही तिच्या पाठोपाठ चावडीकडे आला. बगतो तर काय, तिथे हीऽ गर्दी जमलेली! पोरेठोरे, बायाबापड्या, म्हातारेकोतारे हे तर आधीच आले होते; पण त्याशिवाय तरणेताठे बापेगडीही दिसले. गर्दीत घुसून बगितले तर काय? –

नानाने शेवटी भीषण घटना पाहिल्याप्रमाणे वेडेवाकडे हातवारे केले.

"काय?" बाबूने जांभई देत विचारले, "लवकर सांग की गाढवा, किती पागूळ लावतूस?"

पुन्हा हातवारे करत नाना म्हणाला, "गर्दीच्यामध्ये चार-पाच मानसं. कुनाच्या डोईला फेटा, कुनाच्या टोपी, कुनाचं टकुरं तसंच उघडं. एक सूटबूटवाला खुना

करतोय आन् ते समदे मिळून एका म्हाताऱ्याला बडीवत्यात. जरा गप बसत्यात आन् पुन्यांदा बडीवत्यात.''

चार-सहा माणसे एका म्हाताऱ्याला बडवीत आहेत, हे ऐकल्याबरोबर बाबूचे डोके एकदम चढले. डोळे लाल करून तो ताड्कन् उठला. ओरडला,

''आं? आमच्या गावात येऊन ह्यो दंगा? थांबा तुमच्या आयला –''

नाना खूश होऊन बोलला,

''तुम्ही चला बाबूराव लवकर. त्या बिगर न्हाई ऐकायची बेनी कुनाला ती. मी तिथंच म्हनालो लोकांना –''

''काय म्हनलास?'' बाबूने संशयाने विचारले.

''म्हनलं, आमचा बाबू येऊ दे रे. न्हाई एकेकाचं त्यानं तंगडं मोडलं, तर नावाचा चेंगट न्हवं.''

''शाबास –''

एवढे बोलून बाबूने अंगणात जवळजवळ उडीच मारली. बाबूची बायको तेवढ्यात चहा घेऊन आली. ती बाबूला काही बोलली नाही. पण चेंगटाकडे पाहून तिने आपले नाक मुरडले.

''हात् दोडा! ह्यो मुडदा आला का सकाळच्या पारी! आता कशाचा चा आन् काय!'' असं पुटपुटत ती पुन्हा आत गेली.

चेंगट हाताच्या बोटांनी चुटक्या वाजवीत उभाच होता. त्याचा दंड धरून बाबूने त्याला पुढे ढकलले.

''हं, चल चल – दाखीव मला कुठं हैत ते?''

''चला की –'' चेंगटाने खुशीत मान हलवली. पुन्हा एकदा त्याच्या टाळक्याला खुंटी लागली. दोघेही घाईघाईने घराबाहेर पडले. चावडीकडेच आले. तावातावाने बाबू पुढे आणि डोक्याचा मागचा भाग कुरवाळीत चेंगट मागे.

बाबूला जरा शंका होती. पण चेंगटाने काही खोटी गोष्ट सांगितली नव्हती. चावडीसमोर खरंच लोकांची गर्दी झाली होती. पोरासोरांची तर दाटी होतीच, पण बायांचाही एक घोळका उभा होता. डोळ्यांवर हात घेऊन काही म्हातारे उभे होते. जवळच्या झाडावर चार-दोन मंडळी चढून बसली होती. एखाद्या माकडाप्रमाणे एक हात फांदीला घट्ट धरून खालचा प्रेक्षणीय देखावा बघत होती.

बाबूला हे दृश्य पाहून फारच चीड आली. म्हणजे, इथं मारामारी चाललीय... कुणीतरी बिचारा मारा खातो आहे आणि हे सगळे गंमत बघितल्यासारखं बघताहेत? एकाचीही मधे पडायची हिंमत नाही? सगळेच कसे लेकाचे यल्लम्माचे पैलवान? आता आपल्यालाच मधे घुसले पाहिजे, त्याशिवाय हा गुंता सुटणार नाही.

बाबू आला, हे पाहून लोकांची उत्सुकता चाळवली होती. आता या प्रसंगात तो

काय करतो, हे लोकांना पाहायचे होते. म्हणून ते बाबूकडे टकमका पाहतच होते. "ए, सरका बाजूला –" असे त्यानं दरडावल्यावर भराभर दहा-पाच माणसे बाजूला झाली. त्या फटीतून बाबू पुढे शिरला. मान लांबवून पाहत राहिला.

नाना चेंगट खोटे सांगत नव्हता. खरोखरीच मारामारीचा खेळ चालावा तशी मारमारीच सुरू होती.

एक सूटबूटवाला माणूस बाजूला उभा होता. मध्यावर चार-पाच राकट दिसणारे धट्टेकट्टे गडी उभे होते. एका बाजूला एक म्हातारा वाटणारा शेतकरी हात जोडून थरथरत उभा राहिला होता. सूटबूटवाल्यानं 'हं –' म्हटल्याबरोबर ते धटिंगण त्याच्या अंगावर एकदम धावून गेले. म्हातारा मागे सरकला. मग सगळ्यांनी मिळून त्याला घेरले. त्याला खाली पाडले. मग एक धटिंगण त्याच्या उरावर बसला. त्याने त्या म्हाताऱ्याला ठोसे लगावले. 'मेलो ऽ ऽ मेलो...' करून तो ओरडला.

एवढ्यात तो सूटबूटवाला रागाने म्हणाला – म्हणाला कसला, जवळजवळ खेकसलाच, "अरे, असं काय मारताय पुळचटासारखं? काल जेवलबिवला होतात की नाही? आणि तोंडं अशी का रे आई मेल्यावाणी? जरा हिमतीनं पुढं व्हा – चला. व्हा मागं – हं पुन्हा –"

ते चार-पाच धटिंगण पुन्हा मागे सरकले. पहिल्यासारखे पुन्हा बाजूला जाऊन सरकले. एका धटिंगणाने तेवढ्यात खिशातली तंबाखूची डबी बाहेर काढली. तंबाखू हातावर घेऊन ती मळली. चुना लावला. मग तंबाखूची गोळी दाढेखाली ठेवून दिली.

सूटवाला पुन्हा म्हणाला,

"हे बघा, तुम्ही सगळे एकाच बाजूनं येऊ नका. किती वेळा सांगायचं तुम्हाला? सुदाम, तू इकडून ये. बबन, तू तिकडनं. गणपत, तू त्याच्या मागनं. एकानं गपकन् धरायचं, दुसऱ्यानं म्हाताऱ्याला एक ठेवून द्यायची, मग खाली आपटायचं –"

बाबूला आश्चर्य वाटले. ही कसली मारामारीची पद्धत? तो म्हातारा तिथेच उभा राहून ऐकतोय आन् हा लेकाचा सांगतोय – 'तू हिकडनं ये आन् तू तिकडनं ये'– काय टाळकंबिळकं हाये का न्हाई? मारामारी कशी एकदम सुरू झाली पाहिजे. कुणाला काही कळायच्या आत एकदम पटात शिरून, दन्नादन्नी करून, आपटाआपटी करायची आणि पसार व्हायचं. ही कसली मारामारी? तो म्हातारा वेडपटच असावा. काय चाललंय, हे तो कानांनी ऐकतोय. पण लेकाचा पळून काही जात नाही. तिथंच उभा आहे. थूत् त्याच्या....

एवढ्यात ते धटिंगण पुन्हा त्या म्हाताऱ्याच्या अंगावर धावून गेले. पुन्हा एकाने थोतरीत लगावली. म्हातारा एकदम 'मेलोऽऽ मेलो...' करून ओरडला. मग एकाने त्याला खाली पाडले. दुसरा त्याच्या छाताडावर बसला.

"देतोस का नाही पैशे? का जीव घिऊ तुजा?"

आता मात्र बाबूला राहवले नाही.

"ए ऽऽ ए –" करीत तो एकदम तीरासारखा पुढे घुसला.

"म्हाताऱ्या माणसाला मारता व्हय रे चुतडीच्यांनो? आन् चार-पाच जण मिळून? वारे भाद्दर!..." असे म्हणत त्याने वाघासारखी त्या गर्दीत उडी घेतली.

एकाच्या ढुंगणावर त्याने पाठीमागून अशी लाथ मारली की, हवेत दोन उशा घेऊन तो बाजूला जाऊन आपटला. मग छाताडावर बसलेल्या माणसाला त्याने मानगूट धरून खस्कन् ओढून काढले. त्याच्या गालफडावर एक गुद्दा ठेवून दिला. असा की, तोही 'मेलो मेलो...' करीत बाजूला पालथा पडला. बाकीचे दोघे आपण होऊनच धूम पळाले. त्या सूटवाल्यापाशी जाऊन थरथर कापत उभे राहिले.

सगळीकडे नुसती पळापळ झाली.

बाबूने खाली पडलेल्या म्हाताऱ्याला हात देऊन उठविले.

"ऊठ म्हाताऱ्या, ऊठ. पळ... कोन भडवा तुला मारतो, तेच बघतो मी...."

"– अहो तसं नाही," असे म्हणत काहीतरी हातवारे करीत म्हातारा उठून उभा राहत होता. त्या हातवाऱ्यांचा अर्थ बाबूला समजला नाही. त्याने हात देऊन म्हाताऱ्याला नीट उभे केले. त्याच्या तोंडाला माती लागली होती. ती पुसण्यासाठी बाबूने मोठ्या प्रेमळपणे त्याच्या तोंडावरून आपला खरबरीत हात फिरवला....

– तो म्हाताऱ्याच्या पांढऱ्याधोट मिशाच बाबूच्या हातात आल्या.

– म्हणजे, हा काय चमत्कार?

बाबूने डोळे फाडून एकदा त्या पांढऱ्या मिश्यांकडे पाहिले, मग म्हाताऱ्याकडे पाहिले. आता तो म्हातारा एकदम तरणाबांड दिसत होता. बाबूकडे पाहून त्याने भीत-भीत हसण्याचा प्रयत्न केला. बाबू एकदम खवळला. तरणाबांड गडी असून हा म्हाताऱ्याचे सोंग आणतोय? काहीतरी भानगड दिसते. काय असावी बरे?

बाबूला एकदम आठवण आली. दाढीमिशा लावून असाच एक महाराज मागे गावात आला होता. त्याची दाढी एकदा आपल्या हातातच आली होती. मागाहून तो दरोडेखोर निघाला. तसली तर काही भानगड नसेल ना ही? असेलही एखाद्या वेळी. तो एकच दरोडेखोर होता. ही दरोडेखोरांची गँग असावी बहुतेक. इथं गावात येऊन मारामारीची प्रॅक्टीस करीत असणार. अनायासे माणसे जमणारच. त्याच वेळी सगळे हेरून ठेवायचे. मग रात्री दरोडा घालायचा. असाच असणार बेत. दुसरे काय? अरे साल्यांनो, हा बाबू तुमचे बारसे जेवला आहे म्हणावे!

बाबू पैलवानाच्या टाळक्यात एका क्षणार्धात असे विचार येऊन गेले. त्या झटक्यात त्याने त्या म्हाताऱ्यालाही एक जोरदार गुद्दा चढविला. या वेळी मात्र म्हातारा खरोखरीच 'मेलो ऽ मेलो ऽ' म्हणत पुन्हा खाली आपटला.

सगळीकडे एकच खळबळ माजली. तो सूटवाला माणूस एकदम धावला. बाबूजवळ येऊन डोळे विस्फारून म्हणाला,

"अहो, काय चालवलंय पैलवान तुम्ही हे? आमचं काम चाललंय आणि तुमचा काय धिंगाणा सुरू झालाय?"

बाबू गुरकावून म्हणाला,

"कोण रं साल्या तू? हितं दरोडा घालायचा बेत करता काय? या तर रातच्याला– अंगावरची समदी कापडं काढून मागारी धाडतो. जावा बोंबलत नागडं!"

सूटवाला तोंड वासून आश्चर्याने म्हणाला,

"दरोडा?"

"मग तुला काय वाटलं, आमाला कळत न्हाई व्हय तुमच्या ट्रिका? चल हट्....."

असे म्हणून बाबूने त्याच्या लांब नाकाडावर मघासारखा एक जोरदार ठोसा हाणला. त्याबरोबर तो सूटवालाही खाली आपटला. तसाच विव्हळत खाली पडून राहिला. पुन्हा तो उठणार तेवढ्यात बाबूने ठोसा उगारलेला आपला हात पुन्हा नुसता दाखवला तेव्हा तो पुन्हा पहिल्यासारखा गप् पडून राहिला.

"एऽ टाळ्या वाजवा की रं गाबड्यांनो! हात मोडले का काय तुमचे? वाजव –" बाबूने इतक्या जोरात दम दिला की, जवळच्या दहा-पाच पोरांनी टाळ्यांचा एकच कालवा केला.

हे सगळे होईपर्यंत मोटारीचा आवाज झाला आणि एक मोठीच्या मोठी गाडी चावडीजवळ येऊन थांबली. त्यातून चार-पाच माणसे खाली उतरली. एक-दोघांनी भराभरा काही यांत्रिक सामान खाली काढले. चार-पाच मोठे पत्रेही बाहेर आलेले दिसले. दोघांनी उचलून एक कॅमेरा बाहेर काढला. ते बघायला निम्मी गर्दी त्यांच्या भोवती जमली. त्या घोळक्यात नानाही लगालगा गेला. गाडीजवळ कॅमेरावाला डोक्याला हॅट घालून उभा होता. तो जवळ आलेल्या एका धटिंगणाला म्हणाला,

"डायरेक्टरसाहेब कुठं आहेत? त्यांना म्हणावं, कॅमेरा आला आहे. लगेच सुरू करायचं का?"

चेंगट मधे तोंड घालून म्हणाला,

"म्हंजे ते सूटपाटलूनवालं का?"

"हां हां, तेच... कुठं आहेत?"

"ते पालथे पडलेत."

"आं? पालथे पडलेत?"

"तर वो! लई माती तोंडात गेली त्यांच्या...."

"म्हणजे?"

कॅमेरावाला आश्चर्याने बघू लागला. तेव्हा मघाच्या धटिंगणाने खुलासा केला आणि घडलेली सगळी हकिगत सांगितली.

त्यांच्या दोघांच्या बोलण्यावरून जवळच्या सगळ्या लोकांना कळले की, आपल्या भोकरवाडीत चावडीसमोर चाललेला हा प्रकार म्हणजे सिनेमाचे शूटिंग होते. त्यात मारामारी होती. कॅमेरा यायला अवकाश होता म्हणून तो सूटबूटवाला डायरेक्टर सगळ्यांची मारामारीची प्रॅक्टिस घेत होता. तेवढ्यात गावातल्या एका पैलवानाने मधे घुसून खरीखुरी मारामारी केली आणि सगळा चुथडा केला. मारामारी करणारे दोघं जण तरी जायबंदी आहेत. एकाचे थोबाड फुटले असून खुद्द डायरेक्टरसाहेबांचे नाक दुखावले आहे. आता पोलिसांनाच बोलावणे केले पाहिजे. त्याशिवाय इथले शूटिंग पूर्ण होणे शक्य नाही.

ही हकिगत ऐकल्यावर नाना चेंगट तिथे थांबलाच नाही. गर्दीच्या दुसऱ्या घोळक्यात बाबू विजयी मुद्रेने बोलत उभा होता, त्याच्यापाशी पळत येऊन तो लांबूनच म्हणाला,

"भले बाबूराव!... आता पुलीस पकडून नेत्यात तुम्हाला...."

बाबू ऐटीत म्हणाला,

"येऊ दे, येऊ दे! खऱ्याला मरण न्हाई. म्हाताऱ्याला मारायचं म्हणजे...."

एवढ्यात त्याला आठवले, मार खाल्लेला तो खरा म्हातारा नव्हताच. मग मात्र तो गांगरला. म्हणाला,

"काय झालं?"

"काय झालं? समदा सत्यानाश झाला. ही मारामारी नव्हती मर्दा...."

"मग?"

"ल्येका, शिनेमाचं काम चाललं व्हतं. तू इनाकरनी मधी घुसून गदारोळ केलास. तरी म्या म्हणत हुतो –"

"कधी म्हनत हुतास?" बाबूने रागाने विचारले.

"घरी आलो तवा –" चेंगटाने खुलासा करायचा प्रयत्न केला, "तवा नाई का मी म्हनलो – मारामारीचा खेळ चालल्याला है म्हणून –"

"खेळ म्हंजे शिनमा व्हय?" बाबू खवळला.

"आता मला तरी काय म्हाईत, शिनेमाचं काम चाललंय म्हून?"

"आधी इचारायचं न्हाईस? नीट इचारून, समद्या चवकशा करून याचं. सांगायचं बाबा, की शिनमाचं काम चालल्यालं है. आपुन समद्यांना चा पाजला असता. माझ्याकडे लगी कशाला धडपडलास?"

"मग तू का नाही इचारलंस?"

चेंगटाचा हा प्रश्न ऐकल्यावर बाबूचे टाळकेच एकदम औट झाले. काय आगाऊ

मनुष्य आहे! आपण त्याला नीट समजावून सांगतो आहोत की, तू नीट चौकशी न करता आलास अन् काहीतरी अर्धवट सांगितलेस म्हणून हा सगळा घोटाळा झाला. पण हा फाजील माणूस आपल्यावरच ठेपर ठेवतो आहे. ते काही नाही; चार रट्टे दिल्याशिवाय या माणसाला अक्कल येणारच नाही. बाबूने हिंस्र दृष्टीने चेंगटाकडे पाहिले.

"मला शाणपणा शिकवीतोस व्हय?...."

असे म्हणून बाबूने एकदम त्याच्यावर चाल केली. एक टोला नानाच्या दिशेने हाणला. नाना एकदम खाली बसला. त्याबरोबर तो गुद्दा नानाच्या पाठीमागे उभ्या असलेल्या दिगू खराडेच्या म्हाताऱ्याला बरोबर तोंडावर बसला आणि तो 'अगंगंगं...' करीत खाली आपटला. त्याच्या तोंडात दोनच दात उरले होते, ते बरोबर निखळून बाहेर आले.

दिगू खराडे जवळच उभा होता. बापाच्या तोंडावर गुद्दा बसून तो खाली आदळला, हे पाहिल्यावर तो एकदम चिडून पुढे धावला. पण या गडबडीत खाली बसलेला नाना चेंगट त्याने पाहिलाच नव्हता. त्यामुळे तो एकदम नानाच्या अंगावर धडपडला आणि त्याच्या पाठीवरून पुढे आपटला. या गडबडीत त्यालाही लागले आणि नानालाही त्याच्या तंगड्यांचा मार बसून तोही केकाटला.

हळूहळू शांतता प्रस्थापित झाली.

सिनेमावाली मंडळीही एकत्र गोळा झाली. एकमेकांची समजूत काढण्यात आली. सगळा घोटाळा चुकीच्या समजुतीमुळे झाला, हे बाबूनेही परोपरीने कबूल केले. आता पुढे सिनेमाचे काम सुरू केले, तर गावाच्यावतीने आपण सगळे सहकार्य करू, असे आश्वासनही दिले. मग सलोखा झाला.

डायरेक्टरसाहेब नाक दाबीत हताशपणे उभे होते. ते म्हणाले,

"काय पैलवान! सिनेमात खरंखुरं दिसावं म्हणून मुद्दाम खेड्याची निवड केली आम्ही. आन् तुम्ही आमचीच कणीक तिंबलीत...."

"आता करा की तुमचं सूटिंग..." बाबूने दिलगिरीच्या स्वरात दात काढले.

"कसं करा?"

"का, काय झालं?"

"हे मारामारीवाले एक्स्ट्रा मुद्दाम मुंबईहून आणलेले. ते मारामारी करायला तयार नाहीत आता."

"का?"

"एकाचं थोबाड फुटलंय. दुसऱ्याच्या पाठीत उसण भरलीय...."

"आसं?"

बाबूने क्षणभर मनाशी विचार केला. मग उत्साहाने पुढे सरकून तो म्हणाला,

"आसं करता का?"

"कसं?"

"मी आन् हा चेंगट ते काम करतो. तुमाला काय नगाला नग असला म्हंजे झालं. तुमचं काम भागीवतो. मग झालं?"

डायरेक्टरसाहेबांना बाबूची ही सूचना विचार करण्यासारखी वाटली. त्यांनी बाबूकडे एकदा निरखून पाहिले. आहेच पैलवानगडी. धटिंगण तर दिसतोच आहे. चालेल, काही हरकत नाही. एकच तर सीन घ्यायचा आहे; घेऊन टाकू.

त्यांनी मान हलवली. आपल्या लोकांना इशारा केला. हळूहळू तयारी सुरू झाली.

कॅमेरावाला कॅमेरा लावून तयार झाला. दुसरा एक माणूस कानाला कर्णे लावून एका पेटीजवळ खुर्चीत बसला. म्हाताऱ्याने पुन्हा पांढऱ्या मिशा लावल्या. कुणीतरी अतिउत्साहाने बाबूच्याही मिशा साफसूफ करायचा प्रयत्न केला. बाबूने रागावून नुसता हात उगारल्यावर त्याने घाईघाईने काढता पाय घेतला.

नाना चेंगट या गडबडीत दिसेनासा झाला होता. बाबूबरोबर राहून आपण मारामारीत भाग घ्यायचा, हे ऐकल्यावर तो घरी जायला निघाला होता. पण बाबूने त्याला पुन्हा धरून आणून रिंगणात उभे केले. त्याच्या दाढीला हात लावून चार गोड शब्द सांगितले. त्यामुळे तोही यात भाग घ्यायला शेवटी तयार झाला. तरी पुन्हा एक घोटाळा झालाच. डायरेक्टरसाहेबांनी त्याला पाहिल्यावर आपले दुखणारे नाक मुरडले आणि हा माणूस या कामाला योग्य नाही, असा अभिप्राय दिला. त्यांचे म्हणणे एवढेच होते की, हा माणूस मार देणारा वाटत नाही; मार खाणारा वाटतो. तेव्हा शक्यतो याला बदलल्यास बरे होईल. पण बाबूने डोळे वटारून नाक फुगवल्यावर ते जास्ती बोललेच नाहीत.

दिग्दर्शकाने पुन्हा पहिल्याप्रमाणे सूचना दिल्या. कुणी कोणत्या दिशेने यायचे, कुणी कोणत्या दिशेने कसे पुढे सरकायचे, कशी मारामारी सुरू करायची...

मग ते म्हणाले,

"एक-दोनदा प्रॅक्टिस घेऊ, मग फायनल."

बाबू कुरकुरत म्हणाला,

"प्रॅक्टिस बघितलीया मगाशीच, आता एकदम शिनंमा घिऊन टाका."

"तसं नसतं. प्रॅक्टिस घ्यावीच लागते."

"बराय..." बाबूने मान हलवली. पवित्रा घेतला.

"हं... वन-टू-थ्री. चला...."

बाकीचे दोघे ठरल्याप्रमाणे एका बाजूने आले. बाबू तयारच होता. तोही पुढे धावला. पण नाना बेसावध होता. त्याची एकदम धांदल उडाली. तो गांगरून इकडे

तिकडे पाहत राहिला. बाबूला फारच चीड आली. या चेंगट्याला अगदीच कसे डोके नाही? मागे वळून त्याने नानाचे बकोटे धरून त्याला ओढले आणि जोरात पुढे ढकलले. इतक्या जोरात की, गांगरलेला नाना वेडेवाकडे हातवारे करीत कोलमडत पुढे गेला आणि थेट त्या मिशीवाल्या म्हाताऱ्याच्या अंगावर एकदम आदळला. दोघेही खाली पडले. चांगलेच आपटले. या गडबडीत नानाचा पाय मात्र मुरगळला.

दिग्दर्शक डोके धरून ओरडला,

"अहो, असं नाही करायचं पैलवान तुम्ही–"

"मग?"

"तुमचं काम तुम्ही करा. बाकीच्यांकडं लक्ष नका देऊ."

"बराय. तुमी सांगाल तसं."

दिग्दर्शकांनी पुन्हा सूचना दिली. पुन्हा 'ट्रायल सुरू' म्हणून सांगितले.

या खेपेला बाबूने कोणाकडे ढुंकूनही पाहिले नाही. दातओठ खाऊन तो एकदम पुढे धावला ते थेट म्हाताऱ्याच्या अंगाशी भिडला. एका क्षणात तो त्याला पाडून त्याच्या उरावर बसला. इतक्या गडबडीने मारामारी करायची नाही, हे समजल्यावर त्याने पुढच्या खेपेला नृत्याचेच पवित्र घेतले. गिरक्या घेत, सावकाश पावले टाकीत तो फार उशिरा पोचला. त्यामुळे म्हाताऱ्याऐवजी त्याच्या छाताडावर बसलेल्या धटिंगणालाच त्याने हाताने ओढले आणि त्यालाच कुचलले. मारामारी करताना चेहरा इतका प्रेमळ आणि हसरा असता कामा नये, अशी दोन-तीनदा ताकीद दिल्यामुळेच त्याने सुरुवातीला चेहरा इतका भीषण केला की, तो पाहिल्यावर म्हातारा आधीच खाली पडला आणि 'मेलो मेलो...' म्हणून ओरडला. एकदा या गडबडीत त्याने नाना चेंगटाचाच गळा धरला आणि 'मेलो मेलो...' म्हणून स्वतःच किंकाळी फोडली.

एकूण काय, जितक्या जास्ती सूचना होऊ लागल्या, तितका-तितका बाबूच्या मनाचा गोंधळ होऊ लागला.

उन्हे ओसरली. थोडे अंधारले. वर आभाळ केव्हा भरून आले, हे कळलेच नाही. तास-दोन तास या गोंधळात केव्हा गेले याचा पत्ता लागला नाही. भोवतालची गर्दी हळूहळू पांगली. दहा-पाच माणसांशिवाय तेथे कुणी उरले नाही. तरीही ट्रायल काही संपेना.

बाबूही शेवटी वैतागला. हाशहुश् करीत तो म्हणाला,

"आता सायेब, आसं करा – जसा जमेल तसा शिनमा घिऊन टाका. लै दमणूक झाली बाबा."

साहेब वर आभाळाकडे हात करून हताशपणे म्हणाले,

"आता काय घ्या, बोंबललं सगळं?"

"का? काय झालं?''

"ऊन गेलं ना पार. आभाळ भरलंय सगळं. पुन्हा ऊन येस्तवर नाही जमत.''

"अन् न्हाईच आली ऊनं तर?''

"मग कॅन्सलच.''

"कॅन्सल?''

आता मात्र बाबूचे डोके कामातून गेले. अर्धा दिवस आपण या लोकांसाठी फुकट घालवला. मारामारी केली. हात-पाय दुखवून घेतले. पैसा-आडका मागितला नाही आणि हा गृहस्थ सरळ सांगतो की, सगळे रद्द म्हणून? काय माणसं आहेत का कणसं? यांची अशी गय करून उपयोगाची नाही. चोपले पाहिजे भडव्यांना.

ताड्कन् उभा राहून बाबूने एकदम हातवारे केले. डोळे गरागरा फिरवीत तो ओरडला,

"मग फुटा हितनं. पळा – पुन्हा पाय ठिवलात हितं, तर एकेकाची टांग मोडून टाकीन!''

हे ऐकल्यावर सिनेमावली मंडळी एकदम हललीच. आभाळ आले तशी काही मंडळी मोटारीत जाऊन आधीच बसली होती. सिगारेटी फुंकत होती. जे बाहेर होते, त्यांनीही घाईघाईने आपले सामान आवरले. भराभर मोटारीत कोंबले, 'साला, हे औटडोअर म्हणजे नेहमी अशाच भानगडी –' असे काहीतरी पुटपुटत डायरेक्टरसाहेबही आत चढले. मोटार सुरू झाली. आवाज करीत भर्रकन् वळली आणि धूळ उडवीत मार्गाला लागली. बघता-बघता दिसेनाशी झाली.

बाबूने विजयी मुद्रेने उरलेल्या मंडळींकडे पाहिले. नाना चेंगट आपला मुरगळलेला पाय वर घेऊन नाराज मुद्रेने उभा होता. तो म्हणाला,

"हॅट् मर्दा! कधी नव्हं ती सिनेमावाली मंडळी आली गावात; त्यांना हाकलून दिलंस व्हय? चांगला दाब चान्स आला हुता सिनेमात काम करायचा, पर घालीवलास तू. हॅट् –'' बाबू क्षणभर वरमला. मग एकाएकी त्याला काहीतरी सुचले. मुद्रा कावेबाज करून तो म्हणाला,

"तुला काय वाटतं चेंगट, शिनेमा घेतला न्हाई त्यांनी? अरे, कवाच घेतला. आपलं ध्यान न्हवतं त्या टैमाला. हे आपलं उगीच.''

"ते कशापाई?''

"पैसे द्यायला नगोत. फुकटात करून घ्याचं म्हणून अशी ट्रिक करायची.''

नानाला काही पटले नाही. पण काही न बोलता तो गप्प उभा राहिला.

"मग शिनेमात आपले फोटू दिसतील?''

या प्रश्नावर बाबू खूश होऊन हसला.

"दिसणारच. कायम दिसणार. तू, मी. शिनेमा लागला ना तालुक्याला की, मी

नीन तुला. मी टिकीट काढीन. मग तर झालं?"

"काय नाव शिनेमाचं?"

"अर्ररर...."

"काय झालं?"

"नाव इचारायचं इसरलोच –"

बाबूने जीभ चावली. या सगळ्या भानगडीत सिनेमाचे नाव काय, हे विचारायचे राहूनच गेले. आता कसे कळणार, कोणता सिनेमा ते? तालुक्याला लागला तरी कळणार नाही. सगळी मेहनत फुकट गेली. एकदम खवळून तो म्हणाला, "मी एक इसरलो; तू न्हाई इचारून घ्याचं?"

नाना मागे सरकत-सरकत म्हणाला,

"पन तू का इसरलास?"

"आता हानू का तुला रट्टा?"

त्याबरोबर आपल्या मुरगळलेल्या पायाची पर्वा न करता चेंगटाने एकदम धूम ठोकली. बाबूला आणखीनच चीड आली. 'आता सोडतच नाही तुला' असे म्हणून तोही त्याच्यामागे धूम पळत सुटला आणि 'पेटलं पेटलं... आता हुतीया पुन्हा हानाहानी' असे म्हणत बाकीचे लोकही त्या दोघांच्या मागनं धावत निघाले.

□

परसातील खजिना

शिवा जमदाड्याची परसातील भिंत अगदी पडायला आली होती. अर्धवट ढासळली होती. एखादे चुकार शेरडू-करडू या भगदाडातून सरळ आत येई आणि परसात वाळत घातलेल्या धान्यात तोंड घाली. एखादे ल्हा-ल्हा करणारे कुत्रेही आत शिरे आणि शेपटी हलवीत परसातून स्वयंपाकघरापर्यंत येई. त्याला हाकलता हाकलता शिवाच्या घरातली माणसे बेजार होत. एकदा तर एक डुकरीण सरळ आत केव्हा घुसली आणि परसात खड्डा खणून तिने चार पिल्लांना केव्हा जन्म दिला, हे कोणाला कळलेली नाही. डुकरीण त्या खळग्यात फतकल मारून बसली ती बसली, वर पुन्हा परसात येईल त्याच्या अंगावर धावून येऊ लागली. पोराबाळांना बाहेर येणे अशक्य होऊन बसले. मग मात्र शिवाची बायको कावली. शिवाच्या कानावर तिने गाऱ्हाणे घातले.

नवरा जेवायला बसला की त्याला अशा घरातील कटकटीच्या गोष्टी सांगून भंडावून सोडायचे, ही प्रत्येक पतिव्रतेला ठाऊक असलेली गोष्ट शिवाच्या बायकोच्याही अंगवळणी पडली होती. त्या दिवशी धोतराला हात पुसून शिवा जेवायला बसला. पहिला घास त्याने गिळला न गिळला तेवढ्यात बायको म्हणाली,

"तुम्हाला काई लाजबीज है का न्हाई?"

शिवाने घास कसा तरी पोटात ढकलला. मग लगेच घोटभर पाणी पिऊन तो म्हणाला, "का – काय झालं?"

"काय झालं? डोळ्यांच्या खाचा झाल्या काय तुमच्या?"

"अगं पण, झालं काय?"

"परसात बगा की जाऊन. ती डुकरीण येऊ दीना कुणाला. कुत्री सुदिक भिऊन यायची बंद झाल्यात."

गोष्ट खरी होती. शिवाला सगळे ठाऊक होते.

"मग काय करू म्हणतीस?"

"ते भिताड बांधा आधी. कवापासनं पडायला झालंय. ह्या पावसाळ्याला काई ऱ्हात न्हाई."

"तेच्या आत बांधून टाकू."

"हां... बोलत जावा बगा नुसतं राघूवानी. करू नका काई. त्या गनामास्तराच्या तिथं जाऊन गप्पा हानत बसा नुसत्या."

'तुका झाला सांडा आन् विटंबती पोरेरांडा –' असे मनात म्हणत शिवा घाईघाईने पानावरून उठला. बायकोला म्हणाला,

"न्हाई, आता लागतोच त्याच्या मागं."

असे संभाषण चार-दोन वेळा तरी झालं. मग मात्र शिवाने मनापासून ठरवले की, ही परसाची भिंत एकदा नीट उकलायचीच. चांगला मजबूत पाया घ्यायचा. व्यवस्थित बांधून काढायची. केव्हा पणजोबाच्या काळात ओबडधोबड बांधकाम झालेले. इतकी वर्षे टिकली, हेच विशेष. पण आता हयगय करून चालणार नाही. या पावसाळ्याच्या आत ती नीट बांधून काढली पाहिजे.

शिवाने मनापासून असा विचार केला. मग त्याने पैशाची जुळणी केली. सुदैवाने यंदा खळी चांगली झाली होती. भरगच्च दाणागोटा घरी आला होता. काही धान्य विकून त्याने पैसे गोळा केले. गवंडी, सुतार जमवले. नेहमीच्या पद्धतीप्रमाणे देण्याघेण्यावरून घासाघीस केली. मग उक्ते काम देऊन टाकले.

चार-दोन दिवसांत कामाला सुरुवात झाली. गडी, गवंडी आले. गड्यांनी पहिली भिंत पार खाली निजवली. धुराळ्याचे लोटच्या लोट घरात येऊ लागले. जोरदार पाया खणायचे काम त्या धुराळ्यातच सुरू झाले. आपल्या गप्पाटप्पा बाजूला ठेवून शिवा एकसारखा परसात उभा राहून कामावर लक्ष ठेवू लागला.

दुपारी अकरा-बाराची वेळ. सूर्य असा डोक्यावर येत होता. शिवा बिडी ओढीत पाया घेतलेल्या एक खड्ड्यापाशी उभा होता. दोन गडी पुढचा खड्डा खणीत जरा पुढं गेले होते. कुदळीचा आवाज येत होता. कडेची माती ढासळली की मधेच धुराळ्याचा लोट उठे. एखाद्या दगडावर कुदळ आदळली की खण्कन वेगळा आवाज येई. काम बेताबेताने सुरू होते.

एवढ्यात कुदळीचा खण्कन आवाज निघाला. एकदा, दोनदा, चारदा निघाला. शिवा लांबूनच पाहू लागला. कुदळ मारणाऱ्या गड्याने खाली वाकून पाहिले. हातांनी चाचपले. मग दुसऱ्या गड्याला हाताने जवळ येण्याची खूण केली. काही तरी खुणेने दाखवले. मग दोघेही एकमेकांशी काही तरी कुजबुजले. शिवा लांबनंच म्हणाला,

"का रं मारत्या, का थांबला? हितं थांबायचं न्हाई गड्या. हात चालवायचा एकसारखा. गप्पा हाणत उभा न्हाई ऱ्हायचं."

मारत्या गडी काम थोडे करतो आणि कामाच्या गप्पा जास्ती हाणतो, असे शिवाचे त्याच्याबद्दल प्रामाणिक मत होते. खरे म्हणजे, तो मारत्याला या कामासाठी बोलावणारच नव्हता. पण बाकीचे गडी त्याच्यापेक्षाही कामचुकार आहेत, हे कळल्यावर त्याने तो नाद सोडून दिला. पण आपली सतत कामावर देखरेख पाहिजे, हे मात्र त्याने पहिल्या दिवसापासून ठरवून ठेवले होते.

धुराळ्यामुळे उडालेल्या मातीचा काही भाग मारत्याच्या नाका-तोंडात गेला होता. म्हणून तोंडातली मातकट थुंकी एका बाजूला टाकून मारत्या म्हणाला,

"काईतरी हाय मालक –"

"काई तरी हाय म्हंजे?"

"हितं भुईत काई तरी पुरल्यालं हाय –"

"आं?"

शिवाला आश्चर्य वाटले. राहिलेल्या बिडीचा धूर भकाभका काढीत त्याने बिडी संपवली. थोटूक जवळच्या खड्ड्यात टाकले. मग लांब ढांगा टाकीत तो दोघा गड्यांच्या जवळ आला. खाली वाकून पाहू लागला.

खाली नुसता खड्डा होता. धूळ होती. दगडधोंडे होते. बाकी काही नव्हते. निदान शिवाला तरी काही दिसले नाही.

"कुठाय रे?"

"हे काय –"

मारत्याने धुळीत खाली वाकून एका जागी जमिनीवरून हात फिरवला.

"मला तर काही दिसत न्हाई."

"खड्ड्यात या की मालक जरा."

शिवा खड्ड्यात उतरला. मग मारत्याने मुद्दा सविस्तर समजावून सांगितला. काही तरी भांडे पुरलेले असावे. त्याचा वरचा पत्रा हाताला लागतोय. कुदळीने चार-दोन वेळा खण् आवाज केल्यामुळे शंका आली म्हणून चाचपून पाहिले. नक्कीच भांडे आहे. कदाचित हंडाही असेल.

"हंडा? –" शिवाने तोंड वासले. त्याचे डोळे एकदम फाकले.

"हंड्यात काय बरं आसंल?"

एक डोळ्याचा आंधू बाबू गडी आपला धड डोळा फडफडवीत बोलला, "काय बी आसंल, त्याचा काय नेम? एखाद्या टायमाला पैकाबी आसंल, दागदागिनं आसत्याल."

"आरं तिच्या मायला –!"

असे म्हणून शिवाने थोडा वेळ विचार केला. 'सपनीचे हे धन' असे तुकोबांनी काहीतरी म्हणलेलेच आहे. हंडा असेल तर बरे झाले. दागदागिने, सोनेनाणे सापडले तर उत्तमच. निदान सुरती रुपयांना तरी मरण नाही. हंडा भरून सुरती रुपये? बाप रे! आपले दैवच उघडले म्हणायचे. आता कामधंदा म्हणून काही करायला नको. निवांत बसून दोन टायमाला खावे आन् गपगार झोपी जावे.

''बघा-बघा. काढा तर हंडा बाहेर.''

शिवाने घाईघाईने सांगितले. चुटक्या वाजवल्या. हातांनी गडबड करण्याची खूण केली. पण दोघेही गडी तसेच उभे राहिले. जागचे हललेसुद्धा नाहीत. दोघांनी शिवाकडे एकदा अर्थपूर्ण दृष्टीने पाहिले. मग एकमेकांकडे पाहिले.

''हुभा काय ऱ्हायलाय? काढा की हंडा भाईर. हात मोडले का गाढवीच्यांनो तुमचे?''

आपल्या पिचपिच्या डोळ्यांनी चमत्कारिक उघडझाप करीत आंधू बाबू म्हणाला,

''लई टैम झाला मालक. भुका लागल्यात. आता ऱ्हाऊ द्या. दुपारचं निवांत काडू.''

मारत्यानेही आपल्या कोल्ह्यासारख्या डोळ्यांनी शिवाकडे पाहिले.

''व्हय मालक, दोपारचंच काढू. म्हंजे, हांडा एक दमात आजात निगतोय. आत्ता न्हाई निगायचा.''

''हात लई दुखाय लागलं.''

''भुकाबी लागल्यात.''

शिवाने दोघा गड्यांकडे नीट न्याहाळून पाहिले. त्याला एकूण अंदाज बरोबर लागला. नंबरी आहेत लेकाचे!

''हे बगा, तुमची मेहनत फुकट नाही जाऊ देणार. जर पैका निघाला तर वंजळ भरून पहिले रुपये तुमाला. मग तर झालं?''

''पर काई आडव्हान्श?''

शिवाने मुकाट्याने खिशात हात घातला. हातातला पाच-पाच रुपयांच्या दोन नोटा लागल्या. एकेक नोट दोघांना दिली. त्याबरोबर दोघेही गडी दात काढून हसले. त्यांच्या धुळकट मुद्रेवर ते दात एखाद्या विजेसारखे चमकले आणि नाहीसे झाले.

''हं: हं:! आता कसं रीतसर झालं.''

''काम करा मुकाट्यानं –'' शिवाने दम भरला.

''आत्ताच्या आत्ता हंडा भाईर काडायचा अन् घरात निऊन ठिवायचा. कसं?''

मारत्याने मुंडी हलवली. आंधू बाबूने आपला डोळा मिचकावला. त्यांनी कुदळी उचलल्या आणि आदळल्या. अर्धा तास खणाखणी झाली. खूप धुराळा उडाला. दगडगोटे निघाले.

अखेर निघाला तो एक पितळेचा मोठा तांब्या. वर तोंडाला घट्ट सील केलेला एक तांब्या. हंडा नाहीच.

"उघडा की मालक – का उघडू मी?" आशाळभूत मुद्रेने मारत्याने विचारले.

"नको-नको. मी बगतो काय करायचं ते मागनं."

"बरं –"

"तुमाला भूक लागली न्हवं?"

"व्हय."

"आन् काम करून दमला आसशीला. जेवा जावा. पडा निवांत."

असे म्हणून तांब्या घेऊन शिवा गडबडीने घरात गेला. तांब्या ठेवून माघारी आला. दोघे गडी कावळ्याच्या दृष्टीने त्याच्याकडे बघत तसेच उभे होते. आपल्यादेखत याला तांब्या फोडून बघायचा नाही, हे त्यांच्या लक्षात आले.

"जावा म्हनतो ना जेवायला? आन् हे बगा, कुनाला गावात ही गोष्ट बोलू नका. काय?"

शिवाने आणखी एकेक रुपया त्यांच्या हातावर ठेवला. दोघांनीही एका लायनीत मुंडी हलवली. आपण ही गोष्ट कुणालाही बोलणार नाही, हे त्यांनी झट्दिशी कबूल केले. ते वर आले. हात-पाय खंगाळून तुकडा खायला बाहेर पडले.

शिवा निर्धास्त झाला.

तांब्या तर तांब्या... हंडा नाही तर तांब्या सही! तुका म्हणे उगी राहावे, जे जे हुईल ते पाहावे. नाही तरी हंडा सापडायला आपण इनामदार-जहागीरदार यांच्या पोटचे थोडेचे आहोत? आपल्यासारख्याच्या घरात तांब्याच सापडायचा! काय असेल बरं त्या तांब्यात? रुपये का सोन्याचे दागदागिने? काहीही असो; आज आपला लाभ वार आहे, हे खास. काही तरी पदरात पडणार आज. मात्र गावात हे कुणाला कळता कामा नये. नाही तर ह्या गुप्त धनावर सगळे चोर कावकाव करीत झडप घालतील. आत्ता दिवसा तो न उघडावा, हेच चांगले. रात्री निवांतपणे बायको आणि आपण मिळून हा उद्योग करावा, म्हणजे या कानाचे त्या कानाला कळणार नाही. जो लाभ साधायचा, तो व्यवस्थित पदरात पडेल.

त्या दिवशी शिवा मोठ्या समाधानाने जेवला. चतकोर-अर्धी भाकरी त्याने जास्तच खाल्ली. मग ढेकर देत पोटावरून हात फिरवीत तो जो आडवा झाला तो दोन प्रहर टळेपर्यंत. त्याला चांगली गाढ झोप लागली.

दिवस असा कलला आणि बायकोनेच त्याला हलवून जागे केले.

"अहो, उठा –"

"का गं?"

"त्यो मुडदा आलाय."

“कोन?”

“त्यो चेंगट... लई चिकट जात! झोपल्यात म्हनलं तरी वाळल्या शेंगा खात वसरीवर बसून ऱ्हायलाय. आत्तापुत्तर चिपटंभर शेंगा खाल्ल्या दोडानं. उठा, न्हाईतर वसरीवर शेंग राहत न्हाई आज –”

बायको खासगी आवाजात चिडून-चिडून सांगू लागली, तेव्हा शिवा खाड्कन जागा झाला. धोतर सावरीत त्याने घाईघाईने चूळ भरली. मग ओसरीवर येऊन पाहिले तो खरेच! नाना चेंगट शेंगा खात दोन पायांवर बसलेला. समोर फोलपटांचा मोठा ढीग. याचे आत्ता आपल्याकडे काय काम निघाले असावे?

ओसरीवर पडलेल्या शेंगा घाईघाईने एका बाजूला सारीत शिवा रागारागाने म्हणाला,

“काय लाज तुला चेंगट्या? किती शेंगा खातूस? पोट फुगून मरशील की!” यावर चेंगट नुसता हॅं: हॅं: करून हसला. तोंडात गेलेली बारीक-बारीक फोलपटे थुंकीने उडवीत म्हणाला,

“बसल्या-बसल्या काई तरी उद्योग करावा मानसानं. उगीच बसू ने म्हनतात.”

“का आला हुतास?”

“काय न्हाई, सहज –”

“तरी पन?”

हा प्रश्न विचारल्यावर चेंगटाने इकडे-तिकडे पाहिले. जवळपास कुणी नाही याची खात्री करून घेतली. मग कावेबाज मुद्रा करून तो हळूच बोलला,

“तुला काय गुप्त धन सापडलंय म्हनं?”

“कोन म्हनलं?” शिवा दचकला.

“कुनी का म्हनंना. गावचा रामुशी बोलला. का? त्याच्याशी तुला काय करायचंय? खरं का खोटं, ते सांग.”

“खोटं है.”

“समद्या गावात बोंबाबोंब झालीय. उगीच पाचकळपणा करू नगंस.”

“तूच बोलला असशील.”

“आपून न्हाई हां –”

असे म्हणून चेंगटाने पुढे नीट खुलासा केला. त्याने ही बातमी फक्त आपल्या नेहमीच्या कंपनीला सांगितली होती. रामा खरात आणि गणामास्तर वाटेत सहजासहजीच भेटले, म्हणून त्यांना सांगितली आणि बाबूला मुद्दाम घरी जाऊन सांगितली.

“पयले का बोलला नाहीस?” म्हणून त्याने मागनं पेकाटात लाथ घातली असती म्हणजे? त्यापेक्षा आधी बोलणे केव्हाही सुरक्षित. मात्र एक गोष्ट झाली. बाबूला सांगताना त्याची बायको तिथं होतीच. तिने सगळे ऐकले. आता बाबूच्या

बायकोला 'तू इथं उभी राहू नकोस. मी गुप्त गोष्ट सांगणार आहे –' असे कसे सांगणार? तिनं सगळ्या गावात सांगितलं असेल, तर मात्र माहीत नाही.

ही हकिगत ऐकून शिवा मट्‌कन खालीच बसला. गड्यांनी पैसे खाऊन भामटेगिरी केली ती केली, आता बाकीचे गावातले लोक काय काय करतील अन् काय काय नाही, हे काही त्याला कळेना. तांब्यातलं धन कुणी सरळ पचू देणार नाही की काय?

कपाळावर बुक्की मारून घेत तो म्हणाला,

"आरं चेंगट्या, तुला कुणी सांगितला ह्यो धंदा? गुप्त धन न्हाई, काई न्हाई, नुस्ता एक तांब्या सापडलाय!"

"पर हाय काय तांब्यात?" नानाचे डोळे चमकले.

"अजून बगितलं न्हाई."

"बग बग लवकर. एखाद्या टैमाला काय सापडंल सांगता येत न्हाई बाबा. हिरमाणकं आसली म्हंजे? निदान घट्ट सोनं? ते आसलं तर लगेच सुटायचं हितनं. गावात ऱ्हायाचंच न्हाई."

"आस म्हनतोस?"

"मग!... माज्या म्हाईतीतला सोनार है एक सोलापूरला. तिथं जाऊन आटवायचं. काई तरी कमिशन द्यायचं त्याला, म्हंजे झालं!"

"देऊ की."

"आता घंटाभरानं यष्टी है तिकडली –"

"असं? मग तू पुढं हो, मी आलोच –"

असे म्हणून शिवाने चेंगटाला बळेबळेच बाहेर काढले. खरे तर चेंगटाची तिथून हलायची तयारी नव्हती. आपल्यादेखत तांब्याचे झाकण काढावे आणि काय आहे ते पाहावे, अशी त्याची इच्छा होती. पण शिवाने सारखी पुढं जायची चिमटच लावली तेव्हा निरुपाय झाला. ठरल्याप्रमाणे सोनाराचं काम केलं तर आपल्याला पण काही तरी मिळायलाच पाहिजे, एवढं बजावून नाना तिथून हलला.

तो गेला आणि शिवाचा भाऊबंद बंडा जमदाडे येऊन टपकला. त्याचे घर शिवाच्या घराला लागूनच होते. किंबहुना, मूळच्या एकाच घराच्या दोन वाटण्या झाल्या होत्या. फक्त मध्ये भिंत होती. पण सगळ्या भाऊबंदांप्रमाणेच बंडाचेही शिवाशी फारसे बरे नव्हते. तो चुकून शिवाशी कधी बोलत नसे. त्यामुळे आज बंडा आपणहून आत डोकावला, तेव्हा शिवाला जरा आश्चर्यच वाटले. मनात जी शंका आली तिने तो अस्वस्थही झाला.

"का बंडा, काय म्हणतोस?"

"काई न्हाई, सहज."

असे म्हणून बंडा टेकला. खिशातली तपकिरीची डबी काढून त्याने चिमूट

घेतली. नाकात कोंबली. छ्यांऽऽ करून एक चमत्कारिक आवाज नाकातून काढला. डोळ्यांतून आलेले पाणी धोतराच्या सोग्याने पुसले. बंडाचा तपकीर ओढण्याचा हा आवाज शिवाच्या चांगला ओळखीचा होता. भिंतीच्या पलीकडून रात्री-बेरात्रीसुद्धा त्याला हा आवाज ऐकू येत असे.

शिवा काही बोलला नाही. त्यानेही आपली बिडी काढली. ती ओढीत, धुराचे भपकारे सोडीत तोही गप्प बसून राहिला.

अशी पाच-दहा मिनिटे गेली.

मग बंडा नाक पुशीत आणि नवीन बाराची तयारी करीत म्हणाला,

"आपल्या वाटणीचं जरा बोलायला आलो हुतो."

"वाटणी?" शिवाला आश्चर्य वाटले. "वाटणीचं काय आता? वाटण्या होऊन धा-बारा वर्षं हून गेली. समदं येवस्थेशीर केलं."

"केलं की."

"जमीन वाटली. घर वाटून घेतलं. भांडीकुंडी वाटून घेतली. चार गाडगी तुला जास्त दिली. झालंच तर परसातलं लिंबाचं झाड तोडलं, त्याचाबी निम्मा हिस्सा दिला."

"दिला की, न्हाई कोन म्हनतंय?"

"मग?"

"पन जमिनीतलं काईबाई आसलं, तर आपली वाटणी त्यात हैच की. वाटणी-पत्रात कशी भाषा आसती?"

"कशी?"

"जमीन, घरदार, तदंगभूत वस्तूसहित –"

शिवा दचकून म्हणाला, "बरं मग?"

"तुला काय हंडा का तांब्या काय सापडलंय म्हनं. काय आसंल ते आमच्यासमोर ठेव. चार लोकांसमक्ष उघड."

"अंऽऽ?"

"मग? निम्मं तुला, निम्मं मला."

"आन् न्हाई दिलं तर?"

"असं? जोडा घेऊनच हुभा ऱ्हाईन. चार टिंब दिलं की, पटकन व्हय म्हनशील. कोरटातबी जाईन!"

कोर्ट या प्रकाराला शिवा फार घाबरत असे. मागे एकदा अशाच भानगडीत कोर्ट-कचेऱ्या झाल्या होत्या. तालुक्याच्या गावी हेलपाटे घालून-घालून आणि वकिलाच्या दाढीला हात लावून त्याला वैताग आला होता. वकिलाने त्याला भरपूर पैशाला पालथे घातले होते. इतके होऊन निकाल विरुद्ध लागला होता तो निराळाच!

बंडा जमदाड्याला शिवाचे हे मर्म ठाऊक होते.

पण आता शिवाचाही संयम सुटला. तो भडकला.

"कोरटात जा, न्हाई तर कोरटाच्या पलीकडं जा! एक छदाम मिळायचा न्हाई माज्याकडनं. बस बोंबलत! तांब्या माज्या परसात सापडला हाय."

"म्हंजे, ऐकलं ते खरं तर?"

"व्हय, हाय खरं. पुढं?"

"नुसता दाखीव तर खरं –"

"न्हाई दाखवीत. काय करनार हैस?"

दोघांची अशी बाचाबाची सुरू झाली आणि बंडा एकदम शिवाच्या अंगावर धावून गेला. शिवाच्याच ओसरीवर जंगी मारामारी झाली. बंड्याने चार-दोन तडाखे जोरदार हाणले. शिवाचे डोके त्या गडबडीत खांबावर आदळून खोक पडली. रक्त सगळ्या धोतरावर सांडले. शिवाची बायको ओरडत, बोंबलत बाहेर आली. तिने आरोळी ठोकली तसे भराभरा बाहेरून लोक धावत आले. गणामास्तर आला, रामा खरात आला, बाबू पैलवानही आला. आल्या-आल्या त्याने बंड्याच्या छाताडात एक गुद्दा असा ठेवून दिला की, तो उलथापालथाच झाला. मग बाबूने पुन्हा अलगद वर उचलून त्याला खाली फेकून दिले. त्याबरोबर तो तोंडावर आदळला. त्याचा घुळणा फुटला. रक्त वाहू लागले. त्याच्या नाकातली सबंध दिवसभरातली तपकीर बाहेर पडली. त्याचीही बायको रडत-ओरडत आली.

सगळीकडे नुसता कालवा झाला.

बंडाला आणखीन हाणण्याच्या विचारात बाबू होता. पण लोकांनी त्याला आवरले. बायकोने बंडाला घरी नेले. या सगळ्या भानगडीत शिवाच्या परसातील जमिनीत एक तांब्या सापडला असून त्यात नगद पैसे आहेत, ही बातमी ज्यांना पूर्वी ठाऊक नव्हती, त्यांनाही कळली. सगळीकडे याच विषयाची चर्चा सुरू झाली.

सुताराची आनशी शिवाच्या बायकोला म्हणाली, "आसलं धन लाभतच नसतं. लई ताप हुतो. कधी कधी समदा वंश खलास हुतो."

"बरं, गप्प बस!..." शिवाची बायको चिडली. "किती चाबऱ्या तोंडाची बाई हायेस गं! त्वांड उघडलं की भ्याच वाटतंय समद्यास्नी."

"म्हंजी माज्यावरच आडीट काढतीस का?" आनशी ठसक्यात बोलली, "तुज्या भल्याचं सांगायला गेलं आन् मलाच शिव्या घालतीस? उद्या तुझं पोरगं पटकीनं पट्दिशी मेलं म्हंजे? मग म्हनशील का आनशीचं त्वांड वाईट?"

या बोलण्याचा परिणाम एवढाच झाला की, शिवाची बायको चवताळून आनशीच्या अंगावर धावली. आनशी बिचकली. एकदम मागे सरली आणि नकळत बाबू पैलवानाच्या अंगावर जाऊन आदळली. बाबूने ताबडतोब तिला लांब ढकलून दिले.

त्यामुळे ती दरवाजातून आत येणाऱ्या नाना चेंगटाच्या अंगावर जाऊन धडकली. नानाला तेवढ्यातल्या तेवढ्यात बरं वाटलं. पण तोही त्या दणक्यानं खाली कोसळला. कण्हत-कुथत पुन्हा उठून उभा राहत म्हणाला,

"आगं आगं, आनशे... तुला काय लाजबिज हाय की न्हाई? समदी मानसं बघत्यात."

"चल हो मुडद्या बाजूला –"

असे म्हणून आनशी रागारागाने त्याला पुन्हा एक हिसडा मारून दाराबाहेर गेली. नाना पुन्हा एकदा धडपडला. मग कसाबसा ताठ उभा राहिला.

मग रामा खरात म्हणाला,

"आनशी म्हणाली ते काही खोटं न्हाई. लाभत न्हाई असलं धन एखाद्या बारीला. तू आपला त्यो तांब्या पुन्हा पुरून टाक. भानगड नको."

बाबू गुरगुरत बोलला,

"म्हंजे, हातात आल्याली लक्ष्मी पुन्हा परत धाडायची?"

"मंग काय करावं म्हनतोस?"

"ती पुरूनबी टाकू ने आन् शिवानं घेऊनबी टाकू ने."

"म्हंजे?"

"काय पैका आसंल त्यो देवाधर्मापायी खर्चून टाकावा."

"देवाधर्मापायी?"

"हा. आपलं मारुतीचं देऊळ जुनं झालंय, ते पाडून नवं बांधावं. आनखी पैका उरलाच तर समूर तालीम बांधावी. तरी पैका ऱ्हाईलाच तर –"

"मलखांब आणावा – असंच ना बाबूराव?"

चेंगटाने आशाळभूतपणे विचारले; पण बाबूने आपली रागीट मुद्रा त्याच्याकडे केल्यावर तो वरमला. लगेच मागे सरला.

हातात आलेले धन पुरून टाकावे, नाही तर मारुतीचे देऊळ बांधण्यात खर्च करावे – ही सगळी चर्चा ऐकून शिवाच्या पोटात गोळा उठला. इतका वेळ तो कपाळाला फडके बांधून गपचिप बसला होता. त्याला राहवेना. तो म्हणाला,

"पन बाबू –"

"नावाचं म्हंतोस ना? नाव देऊन टाकू की देवळाला. फरशीच बसवू 'शिवा जमदाडे यांणी आपले परमपूज्य पिताजी गनपत जमदाडे यांचे स्मरनार्थ हे देऊळ बांधले आहे.' मग काय हरकत है का?"

चेंगट मधेच म्हणाला,

"पन बाबूराव, शिवाचा बा जित्ता हाय. तिकडं एकलासपुराला असतो, धाकल्या पोराकडं. एवढ्यात 'स्मरनार्थ' कसं काय?"

लोक एकदम हसले. चेंगटाचा प्रश्न बिनतोड होता. पण म्हणून बाबू चिडला. तो एकदम खेकसला,

"असा काय कायदा है का? त्याची आठवन म्हनून हितं देऊळ बांधलंय म्हनून सांगायचं. इचारलं तर आजून हाय म्हनायचं. मग काय हरकत?"

बाबूने असा खुलासा केला. चेंगटानेही तो पटल्याप्रमाणे मान हलवली. पण तरीही बाबू वरमला. आपले काही तरी चुकले, हे त्याच्या लक्षात आले. कानातली माती काढत तो इकडे-तिकडे बघत उगीच उभा राहिला.

मग कुणी तरी बोलले,

"आरं, मग तांब्या उघडला का? काय हाय, किती पैका हाय, ते तरी बघितलं का?"

शिवाने मान हलवली.

"आरं, मग उघडा की झाकण. बगा तरी –"

सगळ्यांच्या देखत हा खटाटोप करण्याची शिवाची इच्छा नव्हती. म्हणून तो म्हणाला,

"एकदा खटपट करून बघितली."

"मग?"

"लई घट्ट बसलंय. निगंच ना."

आता बाबूला बळ चढले. तो एकदम पुढे सरसावला. बाह्या मागे सारल्या,

"हात्तिच्या! हिकडं आण, एका दणक्यात काढतो."

शिवा घाबरला, "नको बाबूराव. तुमाला कशापाई तरास?"

"तरास कशाला आलाय? आन –"

बाबूने एवढ्या हुकमी स्वरात शेवटचा शब्द उच्चारला की, शिवाला प्रतिकार करणे अशक्य झाले. त्याने बायकोकडे मदतीसाठी नजर टाकली. तोच त्याचा होकार समजून बायको उठली आणि लगालगा आत गेली. तो जडशीळ मळकट तांब्या घेऊन बाहेर आली. बाबूसमोर तिने तो तांब्या ठेवला.

बाबूने इकडे-तिकडे करून त्या तांब्याशी जोरदार झटापट केली. वरच्या झाकणावर बुक्क्या हाणल्या. त्याचा परिणाम एवढाच झाला की, एकदा तो जड तांब्या त्याच्या हातातून पडून एकदम त्याच्याच एका पायावर आदळला. पायाला चांगलाच मार लागला. दुसऱ्या खेपेस तांब्या जो उडाला तो गर्दीत पुढे तोंड काढून बघणाऱ्या नाना चेंगटाच्या थोबाडावर दाणकन् आपटला आणि खाली पडला. नानाचे थोबाड चांगलेच सुजले. 'आगं आई गं... मेलो... मेलोऽऽ तिच्या आयला...' असे ओरडत तो बाजूला झाला. असा आणखी दोघा-तिघांना कमी-अधिक प्रसाद मिळाला.

अखेरीस बाबूने अंगणातलाच एक दगड घेऊन तांब्याच्या झाकणावर हाणला.

मग मात्र झाकण फुटले. तांब्याचे तोंड मोकळे झाले.

बाबूने विजयी मुद्रेने सगळ्यांकडे पाहिले. सगळे उत्सुकतेने जवळ-जवळ आले. शिवाही धावला.

"काय है तरी काय, बगा एकदा."

"मी दाखवतो ना समद्यास्नी –"

असे म्हणून बाबूने तांब्या एकदम उलटा केला आणि सगळ्यांकडे पुन्हा एकदा विजयी मुद्रेने पाहिले. पण त्याच्या कानांवर रुपयांचा खळ्कन आवाज आला नाही. काही जडशीळ वस्तू बाहेर पडल्याचेही जाणवले नाही. तेव्हा त्याने खाली पाहिले.

तांब्याभरून राख खाली भुईवर सांडली होती. राखेचा लहानसा ढीगच साचला होता. तांब्यातून फक्त पांढरट रंगाची राख बाहेर आली होती – फक्त राख!

सगळे डोळे विस्फारून बघत राहिले.

थोडा वेळ कुणी काही बोललंच नाही. मग एकेक जण मुकाट्यानं हलला.

मग बाबूने आश्चर्याने विचारले, "मी म्हनतो – ठिवनाऱ्यानं भांड्यात राख घालून का ठिवली आसंल?"

कुणी तरी म्हणाले, "कुनाच्या तरी, घरमालकाच्या म्हना – हस्थी, राख चितेतनं आनून हितं पुरलं आसंल."

"पन कशापाई?"

दुखरे थोबाड सांभाळीत नाना चेंगट उत्साहाने म्हणाला, "स्मरनार्थ!"

बाबू काही बोलला नाही. आपला ठणकणारा पाय घेऊन किंचित लंगडत तो दाराबाहेर पडला. गालाला हात लावून चेंगट गेला. सगळेच हळूहळू गेले. मग डोक्यावरच्या फडक्यावर हात दाबून धरीत उदास मुद्रेने शिवाही घरात गेला आणि मग सगळीकडे सामसूम झाली.

□

पाठलाग

नाना चेंगट गावातल्या गावात सतत भटकणारा प्राणी होता. पण परगावी जायचा त्याला भारी कंटाळा. कित्येक वर्षांत तो भोकरवाडी सोडून कुठंही गेला नव्हता. त्याला त्याची गरजच वाटत नव्हती. परगावी जाऊन करायचं काय? तशीच माणसं, तशीच घरं आणि तसलेच रस्ते. सगळीकडे एकच नमुना. भोकरवाडीत निदान करमते तरी. सगळी माणसे कमी-जास्ती ओळखीची. परगावी कुणाची ओळख असणार? कुणाशी गप्पागोष्टी करणार? इथंच वेळ जाता जात नाही, तिथं मग वेळ कसा घालवणार? आहे आपले ठीक आहे. आपण बरं आणि आपलं गाव बरं.

नानाच्या मनात हा विचार पक्का होता. म्हणून वर्षानुवर्षे तो गाव सोडून फारसा कुठं बाहेर पडला नव्हता. त्याची माळवण तालुक्याच्या गावी एकटीच राहत होती. म्हातारीने किती तरी वेळा त्याला बोलावले असेल. नानाची भाऊ-भावजय अधूनमधून जात, पण नाना कधी गेला नव्हता. म्हातारी केव्हा तरी भोकरवाडीत येतेच. चार-आठ दिवस राहते. कधी कधी महिनाभर ठिय्या देऊन असते. बोलणी-चालणी होतातच. मग आपण पुन्हा तिच्या गावी जाऊन निराळं काय करणार?

नेहमी नानाच्या डोक्यात असे विचार येत आणि तो गावातून हलत नसे. पण आता वेळ बदलली होती. म्हातारीने अंथरूण धरले होते. भावाने 'आत्याबाईला भेटून चार दिवस राहून ये' म्हणून तीनतीनदा बजावून सांगितले होते. नानाचा अगदी निरुपाय झाला होता. म्हातारीजवळ थोडे फार डबोले असल्याची वदंता होती. तिला नाराज करणे शक्य नव्हते. म्हणून कित्येक वर्षांचा नेम मोडून नाना तालुक्याच्या गावी आला होता. आत्याबाईचे क्षेमकुशल विचारून झाले होते. म्हातारी अंथरुणात असली तरी अजून टुणटुणीत दिसत होती. सतत बडबड करीत राहण्याचा आणि

नानाला उपदेशाच्या चार गोष्टी सांगण्याचा तिचा उत्साह कायम होता. दिवसभर तिच्या उशाशी बसून तिची बडबड ऐकण्याचा नानाला कंटाळा आला. घटकाभर बदल म्हणून बाहेर भटकण्यासाठी तो घराबाहेर पडला. जेवणखाण आटोपलेच होते. आता रात्रीपर्यंत निश्चिंती होती. तेवढा वेळ बाहेर काढावा, म्हणून नाना बाहेर पडला. रस्ता फुटेल तसा हिंडू लागला.

रस्त्यातून हिंडताना नानाचे लक्ष कधीच रस्त्याकडे नसे. तोंडाचा 'आ' करून इकडे बघ, तिकडे बघ, मधेच थांबून एखाद्या मोहक वस्तूकडे बघतच उभा राहा – अशी त्याची नेहमीची सवय. इथे तालुक्याच्या गावाला तर बघण्यासारख्या अनेक गोष्टी. दुकानावरच्या रंगीबेरंगी पाट्या, बंदिस्त गटारे, सायकलीवरून जाणारी मुलगी, माडीवरच्या खिडकीतून बाहेर डोकावणारा एखादा सुंदर चेहरा... मग नानाचे लक्ष खाली रस्त्याकडे जाईल कशाला?

खिडकीतून ओझरती दिसलेली ती तरणीताठी बाई पुन्हा दिसेल म्हणून नाना वर बघतच चालला. कशाला तरी एकदम ठेचकाळला. 'क्यॅव... क्यॅव...' असा आवाज निघाला आणि एकदम कुणीतरी त्याच्या हडकुळ्या पायाचा चावा घेतला.

"अगं अयाया... मेलो –"

नाना एकदम ओरडला आणि त्याने खाली पाहले. रस्त्यात अंगाचे वेटोळे करून झोपलेल्या एका कुत्र्याच्या छाताडावर त्याचा पाय पडला होता. त्या कुत्र्यानेच त्याच्या तंगडीचा चावा घेतला होता. तंगडीवर दात उमटले होते. रक्ताची बारीकशी धार लागली होती. जखमेकडे पाहिल्यावर ठणकाही सुरू झाला होता. चावलेले कुत्रे पळत-पळत लांब जाऊन उभे होते.

कुत्रे चावल्याच्या जाणिवेने नाना घाबरला. रस्त्यातच मट्कन खाली बसला.

भराभर लोक गोळा झाले. गर्दी जमली. कुणीतरी नानाला उचलून शेजारच्या दुकानाच्या फळीवर बसवले. दुकानातून काहीतरी औषध काढून त्याच्या जखमेला लावले. औषधाच्या चोळण्याने नानाच्या पायाची आग झाली. त्याने पुन्हा ठणाणा केला. कुणीतरी त्याच्या पायाला फडके बांधता-बांधता म्हणाले,

"वरडू नका हो. चांगलं बापईगडी असून वरडायला काय झालं तुमास्नी?"

"वरडू नको तर काय करू?" नाना विव्हळला. "काय फसाफसा चोळलंत! ल्हाई-ल्हाई हुतीया पायाची."

"हुंद्या हो. औषधच जालीम है. आग-आग हुयाचीच. हुईल आजचा दिस. पण कुत्रं कसलं हुतं, ते बगितलं का?"

नानाने लांब उभे राहिलेल्या कुत्र्याकडे बोट केले.

"ते काय तितं खडं हाय. ते काळकिट्ट आन् पाठीवर चट्टा हाय बगा. दिसलं का?"

“ते न्हाई इचारलं.”

“मग?”

“पिसाळलेलं हुतं का?”

“काय पत्त्या न्हाई.”

“पिसाळल्यालं असलं तर है ताप हुतो आं –” दुसरा म्हणाला, “आधीच सांगून ठिवतो. सरकारी दवाखान्याकडंच पयले सुटायचं. मग चौदा विंजेक्शनं. दुसरी बात न्हाई.”

“चौदा का सोळा रं?”

“मला तर वाटतं, चौदा.”

“न्हाई, सोळा. त्या परटाच्या पोराला सोळा न्हाई का दिली?” तिसऱ्याने करारी मुद्रेने सांगितले.

“आसंल, सोळाबी असत्याल. समदंच वाढलंय आजकाल. चौदाची सोळा बी झाली असत्याल.”

फळीवर बसून आणि दुखावलेली तंगडी हातात धरून नाना मोठमोठ्यांदा विव्हळत होता. तोपर्यंत जमलेल्या गर्दीत चौदा आणि सोळा असे दोन पक्ष निर्माण झाले होते आणि त्यांच्यात वादविवाद सुरू झाला होता. शेवटी हा वाद एका म्हाताऱ्याने मिटवला. सर्वसाधारण कुत्र्यासाठी चौदा इंजेक्शने; पण एखादे गरम डोक्याचे, जरा कडक कुत्रे असले तर मात्र सोळा इंजेक्शने, असा निवाडा त्याने जाहीर केल्यामुळे वाद मिटला आणि शांतताही प्रस्थापित झाली. हळूहळू लोक हलले. पण जाता-जाता तिघा-चौघांनी नानाला बजावून सांगितले,

“त्या कुत्र्यावर नजर ठिवा पाव्हणं.”

“किती टाईम?” नानाने विचारले.

“निदान आजचा दिस.”

“बराय.”

“धड आसलं, तर कुणाला चावणार न्हाई. पिसाळल्यालं असलं, तर ज्येला त्येला चावंल बगा.”

“आन् पिसाळल्यालं निगालं तर?”

“मग लई बेकार काम. विजेक्शनं तर घ्यायचीच. पण तरीबी काम हुईल, असं न्हाई. मानूस एकदम बीमारच पडतो. भस्सकन ताप भरतोय –”

“अरे बाप रे –” नाना घाबरला.

“जास्त वाढलं प्रकर्ण तर कुत्र्यावानी भुकायला बी लागतोय. कसं रं?”

“भ्याँ... भ्याँ...” एकानं कुत्र्यासारखे भुंकून पण दाखवले. भुंकताना त्याने डोळे असे गरागरा फिरवले की, नानाची छाती एकसारखी धडधडू लागली. तो भलताच

घाबरला. कुत्र्यावर नीट लक्ष ठेवतो, असे त्याने कबूल केल्यावरच सर्व मंडळी समाधानानं हालली.

नाना उठला. फळीवरून पाय जमिनीवर ठेवून त्याने लांब उभे राहिलेल्या कुत्र्याकडे टेहळणीच्या नजरेने पाहिले. आता याच्यावर दिवसभर लक्ष ठेवलेच पाहिजे, असा निश्चय करून नाना लंगडत-लंगडत कुत्र्याच्या दिशेने चालू लागला.

ते काळे कुत्रे त्याच्याकडेच बघत मुकाटपणे उभे होते. नाना अगदी जवळ येईपर्यंत त्याने कसलीही हालचाल केली नाही. पण नाना हाताच्या अंतरावर आला तसे ते हलले. नानाकडे एक धूर्त कटाक्ष टाकून ते एकदम पळत सुटले. पुन्हा लांब जाऊन ते उभे राहिले. नाना पुन्हा लंगडत-लंगडतच तिकडे गेला. जरा जवळ गेल्यावर ते कुत्रे पुन्हा धूम् पळाले. पुन्हा लांब जाऊन गप्प उभे राहिले. एखाद्या शिंगवाल्या विचित्र प्राण्याकडे टवकावरून बघावे तसे नानाकडे पुन्हा बघू लागले.

"आरं तुझ्या कुत्तरड्याच्या मी –"

असे म्हणून आपल्या लंगड्या पायाची पर्वा न करता नाना त्याच्याकडे एकदम धावला. त्याबरोबर जीव खाऊन ते जे उधळले, ते पार दुसऱ्या गल्लीत शिरून दिसेनासे झाले. नानाच्या पार नजरेआड झाले.

आता मात्र नानाला संतापच आला. एक साधे कुत्रे ते काय आणि त्याने आपल्याला इतकी हुलकावणी द्यावी? काय आहे काय? या नाना चेंगटाचा हिसका माहीत नाही अजून. एकदा एखाद्या गोष्टीच्या पाठीमागे लागला तर कुणाच्या बापाला ऐकायचा नाही. मग या कुत्तरड्याची काय कथा?... आत्ता काढतो हुडकून. सालं जातं कुठे?

कुत्र्याच्या पाठोपाठ नानाही त्या गल्लीत घुसला. इकडे-तिकडे पाहत राहिला. कुठल्यातरी एका घरात घुसलेले ते कुत्रे कोणीतरी हाकलल्यासारखे पुन्हा घराबाहेर पडलेले दिसले, तेव्हा त्याला भलताच जोर चढला. इरेसरीने त्या काळ्या कुत्र्याच्या मागे धावत सुटला.

आणि मग दोघांत धावण्याची शर्यत सुरू झाली. जोरात पाठलाग सुरू झाला. नानाला कसलेच भान राहिले नाही. दात-ओठ खाऊन तो त्या काळ्या कुत्र्याच्या मागे धावत सुटला.

या धावपळीचा परिणाम अर्थातच रस्त्यावरून जाणाऱ्या माणसांवर होणे, हे अगदी अपरिहार्य होते. नाना स्वत: तर एक-दोनदा या भानगडीत रस्त्यावर आपटला. एकदा त्याचे कपाळ जोरात आपटले आणि टेंगूळ आले. एकदा त्याचा दुसरा पाय मुरगळला. पण रस्त्यावरून जाणाऱ्या एक-दोन लहान पोरांनाही त्याने धक्के मारून खाली पाडले. त्यांनी जोरजोरात गळा काढला. त्यानंतर 'दह्योऽऽ!' करीत दह्याचे गाडगे डोक्यावर घेऊन जाणाऱ्या एका तरण्याताठ्या गवळणीच्या अंगावर जाऊन

नाना आदळला. ती बाई तर खाली पडलीच, पण तिचे गाडगे फुटले. अंगावर, रस्त्यावर सगळे दही सांडले. शिव्या देतच ती बाई उठली. "मेल्या, मुडद्या... डोळं फुटलं का तुजं?" हे शब्द तार स्वरात ऐकू आल्यावर गर्दी जमायला कितीसा उशीर?

खाली आदळलेल्या नानाला एका पैलवानगड्याने गचांडी धरून नीट सरळ उभे केले आणि मग अशी त्याच्या तोंडात भडकावली की, नाना पुन्हा जमिनीवर आडवा झाला. रस्त्यावरच्या वेड्यावाकड्या दगडावर आपटून त्याचे थोबाड सुजले.

"अहो, मेलाऽ मेलो...."

"मर भाड्या, मर. समदं गाडगं सांडलंस माजं. दे भरून –" हा अर्थातच गौळणबाईचा आवाज होता.

"तरणीताठी बाई बगून वाटंला जातोस व्हय?"

असे म्हणून पैलवानदादांनी पुन्हा नानाची बकोटी धरून त्याला नीट सरळ ताठ उभे केले. मग अशी त्याच्या कमरेत लाथ घातली की, नाना पुन्हा आडवा झाला, पुन्हा केकाटला. या मारामारीचा एवढाच फायदा झाला की, त्याच्या दोन्ही पायांचे दुखणे पार नाहीसे झाले. आता फक्त कंबर आणि थोबाड एवढेच ठणकत राहिले. गर्दीतला एक जण बोलला,

"गावात असले हलकट लोक लई झाल्यात आजकाल छबूराव. आणखी एक गुद्दा चढवा च्या मायला! पुन्हा बायामानसाच्या वाटेला जायाची टाप न्हाई व्हाया पायजे."

छबूराव पैलवान गुरगुरत म्हणाले, "इतकं हानलं, पण काई बोलतोय का गडी? लै कोडगी जात है. आता माफी मागतोयस, का देऊ आनखी एक पेशल टिंबा ठिवून?"

"माफ करा म्हनतोय ना –"

कण्हत-कुंथत नानाने झाल्या प्रकाराबद्दल हात जोडून माफी मागितली, तेव्हा प्रकरण कसेबसे मिटले. ते मिटण्याचे मुख्य कारण एवढेच होते की, नानाच्या हाडकुळ्या अंगातली टणक हाडे छबूरावच्या हाताला लागून त्याच्या हातालाच झिणझिण्या आल्या होत्या. आता पुन्हा मारायची त्याची तयारी नव्हती. त्यामुळे माफीवर प्रकरण संपले. गवळणीनेही तोंडाला फेस येईपर्यंत शिव्या घातल्या आणि मग तिचीही मर्यादा संपली. नानाने खिशातली पाचाची नोट दिल्यावर वातावरण निवळले. नाना कसाबसा तेथून निसटला. पुढे चालू लागला. हे सगळे ज्याच्यामुळे घडून आले, त्या कुत्र्याचा आता त्याला जास्तीच संताप आला. जात गेली कुठं?

नानाने इकडे-तिकडे पाहिले. गल्लीच्या टोकाला ते कुत्रे शांतपणे उभे होते. नानाकडे पुन्हा त्याच थंड कुतूहलाने पाहत होते.

"साल्या, न्हाई तुझ्या कंबरड्यात लाथ घातली –"

असे म्हणून नाना त्याच्याकडे धावला, तेव्हा ते दचकले आणि दुसऱ्याच क्षणी पुन्हा जीव खाऊन पळत सुटले. पुन्हा पाठलाग सुरू झाला.

या गल्लीतून त्या गल्लीत, या रस्त्यावरून त्या रस्त्यावर – अशी ही शर्यत बराच वेळ सुरू राहिली. मधेच एका गल्लीतील तीन-चार कुत्री त्या काळ्या कुत्र्याच्या अंगावर धावून आली. त्यांनी सगळ्या बाजूंनी त्याला वेढले. ते काळे कुत्रे मधे आणि चार बाजूंनी ती गल्लीतली कुत्री त्याची नाकेबंदी केल्याप्रमाणे भुंकत उभी. या संधीचा फायदा घेण्यासाठी तो चक्रव्यूह भेदून नानाने आत मुसंडी मारली. त्याचा परिणाम एवढाच झाला की, सगळी कुत्री त्याच्याच अंगावर धावून आली. त्यातून निसटता-निसटता नानाला पळता भुई थोडी झाली. या भानगडीत ते मूळ मुद्देमाल असलेले कुत्रे सुसाट पळालेच. पण नाना पुढे पळतो आहे आणि चारही कुत्री भुंकत-भुंकत त्याच्या मागे लागली आहेत, असे दृश्य काही क्षण लोकांना दिसले. मधेच नानाने रस्त्यावरचे चार-दोन दगड उचलून त्या कुत्र्यांच्या अंगावर भिरकावले. अपेक्षेप्रमाणे त्यातला एकही दगड त्या कुत्र्यांना लागला नाही. त्यातले दोन दगड वाया गेले, पण तिसरा दगड मात्र नेमका एका कुत्र्याच्या अंगावरून भिरभिरत जाऊन रस्त्याने चालणाऱ्या एका म्हाताऱ्या माणसाच्या बरोबर डोक्याला बसला आणि तो ताबडतोब खाली आपटला. साहजिकच लोक पडलेल्या माणसाकडे पहिल्यांदा धावले आणि या संधीचा फायदा घेऊन घाबरलेल्या नानाने दुसरी गल्ली घाईघाईने गाठली. ते काळे कुत्रेही त्याला त्याच गल्लीत दिसले. तेव्हा त्याला भलताच त्वेष चढला. पुन्हा तो त्या कुत्र्याच्या अंगावर धावला आणि ते काळे कुत्रे पुन्हा जीव मुठीत धरून पळत सुटले. पुन्हा पाठलाग सुरू झाला.

या पाठलागात आणखी काही नव्या घडामोडी घडल्या. पळून-पळून ते कुत्रे आता धापा टाकीत होते आणि चेव चढलेला नाना आता पिसाळल्याप्रमाणे त्याच्या मागे धावत होता. त्यामुळे जीव वाचवण्यासाठी ते कुत्रे सैरावैरा धावत होते. जेथे वाट दिसेल तेथे घुसत होते. नानाही तावातावात त्याच्या मागोमाग धावत होता. या भानगडीत ते कुत्रे एका घराच्या उघड्या दारातून आत शिरले आणि बाहेरची खोली, माजघर, कोठीची खोली, परसदार या क्रमाने घर पार करीत परसदाराच्या मागील दाराने पुन्हा बाहेर पाठीमागील रस्त्यावर आले. नानाही अर्थातच त्याच्या पाठोपाठ आत घुसला. बाहेरची खोली, माजघर, कोठीची खोली या क्रमाने धावता-धावता चुकून तो स्वयंपाकघरात घुसला. तेथील बाईने त्याचे वटारलेले डोळे आणि पिंजारलेले केस पाहून मोठ्यांदा किंकाळी फोडली. त्यामुळे बिचकून जाऊन नानाने आपला मोहरा वळवला तो बाळंतिणीच्या खोलीत गेला. तिथल्या चार-पाच बायकांनी त्याला पाहिल्यावर सामुदायिक किंकाळी फोडली. त्याबरोबर घरातली

पुरुषमंडळी जागी झाली आणि तेथे धावून आली. सुदैवाने तोपर्यंत नाना परसदाराच्या मागील दारापर्यंत पोचला. त्याची फक्त पळती पाठ घरातल्या लोकांना दिसली, म्हणूनच नाना बचावला. पण त्या घरातून दोन-तीन पुरुष 'चोर...चोर' करीत धावत बाहेर आले आणि पळत सुटले, तेव्हा रस्त्यावरचे रिकामटेकडे लोकही उगीचच धावत सुटले आणि काही वेळ सबंध गल्लीत नुसती पळापळ झाली. या सगळ्या पळणाऱ्या लोकांच्या गर्दीत नानाही सापडला. सगळ्या लोकांबरोबर त्यांच्याच गतीने पळत सुटला. बाकीचे लोक आपल्याबरोबर का पळताहेत याचे मनात आश्चर्य करीत तोही पळत राहिला.

गल्लीच्या एका टोकाला गेल्यावर पळणाऱ्या दहा-बारा लोकांचा तो गठ्ठा एकदम थांबला. धापा टाकीत उभा राहिला. छाती वरखाली करीत, श्वास गिळीत एकाने नानालाच विचारले,

"काय दिसला का कुठं?"

"छ्या: –"

असे म्हणून नाना ते कुत्रे कुठे दिसते का, ते बघू लागला. पण कुत्रे या गडबडीत बेपत्ता झाले होते.

"पन कुठनं पळाला?"

नानाने मघाच्या घराकडे हात केला.

"हे काय... हेच घर."

"आरं तिच्या आयला!" एक जण ओरडला.

"म्होरच्या दरवाजानं घुसलं हो. पार समद्या खोल्या वलांडत मागच्या दारानं पशार."

"आरं तिच्या मायला –" दुसरा ओरडला.

"तरी मी त्याच्या सारखं मागं है –" नाना हात झाडीत खिन्न सुरात बोलला. "पाठोपाठ सारखा पळतोय. एवढ्यात झुकांडी दिली बगा त्यानं."

"आरं तिच्या बायलीला –" तिसरा ओरडला.

आपल्या गल्लीत कुणीतरी जबरदस्त भामटा शिरलेला आहे आणि सगळ्यांच्या हातावर तुरी देऊन तो हां-हां म्हणता निसटला, ही बातमी फारच रोमांचकारक होती. त्यामुळे जमलेल्या लोकांत तिच्यावर चर्चा सुरू झाली. नानाने या चर्चेत भाग घेतला असता आणि आणखी काही वेळ तेथे काढला असता, तर हाच तो भामटा, हे लोकांच्या लक्षात आलेच असते. मग त्या भामट्याची धडगत नव्हती. पण चर्चेच्या प्रारंभीच नानाच्या गल्लीच्या दुसऱ्या एका बाजूस कुत्र्यासारखे काहीतरी दिसले आणि तो तिकडे धावला. त्यामुळेच तो पुन्हा एकदा बचावला.

नानाला तेथे जे दिसले, ते काहीतरी काळे होते, पण कुत्रे नव्हते. थकून जाऊन

नाना उभा राहिला. त्याने आणखी लांबवर नजर टाकली आणि त्याला ते कुत्रे पुन्हा दिसले. ते पाठमोरेच चालले होते. पण नानाने एक धाव घेतल्याबरोबर पाठीला डोळे असल्याप्रमाणे ते पुन्हा टाण्कन उडी मारून पळत सुटले. नानाही पुन्हा जीव खाऊन त्याच्यामागे धावत सुटला. तोंड सुजले होते. कंबरेतून कळा येत होत्या. पाय ठणकत होते. पण पिसाळलेला नाना कुत्र्याच्या मागून एकसारखा धावत होता.

आता दुपारचे चार वाजून गेले होते. उन्हे कमी झाली होती. रस्त्यावरची गर्दी थोडी वाढली होती. ते दुष्ट कुत्रे नानाला एकसारखे हुलकावण्या देत होते आणि दोन-अडीच तास पाठलाग करून करून नानाचा अगदी पिट्टा पडला होता. त्याला धाप लागली होती. तहान-तहान झाली होती. पायात कसले बळ उरले नव्हते. तरी तो एकसारखा पळत होता. ते कुत्रे नजरेआड होऊ देऊन चालण्यासारखे नव्हते.

दृष्टीसमोर अंधारी येत होती. पण तरीही नानाने डोळे ताणून पाहिले. ते कुत्रे एका मोठ्या इमारतीच्या फाटकातून आतल्या मोकळ्या आवारात शिरलेले त्याने पाहिले. नानाही आत घुसला. कुत्रे आत इमारतीत शिरलेले दिसल्यावर तोही बेधडक आत शिरला. इकडे-तिकडे धावू लागला. एकदम थबकला. मग लक्षात आले – ही शाळा आहे. व्हरांड्यातून धावताना एकदम कुणीतरी त्याचा हात हिसकला. खेकसून विचारले,

"ए, हिकडं कुनीकडं?"

"बगायला आलोय –"

"काय बगायला आलाय?"

"हेच –"

असे म्हणून नाना पुढे काही खुलासा करणार तेवढ्यात एका खोलीतून एक प्रौढ वयाचे, चष्मिस्ट गृहस्थ लगबगीने बाहेर आले. अडवणाऱ्या माणसाला उद्देशून करड्या स्वरात म्हणाले, "मारुती, खेंकसतोय काय आसं?"

"न्हाई सायेब, ह्ये येडं –"

"चूप! काय बोलावं, काही कळतं का नाही? आज पालकदिन आहे. निरनिराळे पालक येत असतात शाळेत. जा, तू आपलं काम कर."

शिपायाला पाठवून दिल्यावर चष्मिस्ट हेडमास्तर दिलगिरीच्या सुरात म्हणाले,

"माफ करा हं. आमच्या या शिपायाला काही कळतच न्हाई. शाळाच बगायला आला ना?"

"आँ?..." नाना बावचळला. "न्हाई म्हणजे, मी ह्येला हुडकायला आलतो."

"असू द्या. या, तुम्हाला शाळा दाखवतो."

असे म्हणून हेडमास्तरांनी मोठ्या प्रेमाने नानाचा हात धरला आणि सबंध शाळा दाखवली. शाळेचा आतापर्यंतचा इतिहास सविस्तरपणे कथन केला. निरनिराळे वर्ग

कसे चालले आहेत याची प्रत्यक्ष पाहणी नानाकडून करून घेतली.

या भानगडीत ते कुत्रे जे बेपत्ता झाले, ते झालेच! ते पुन्हा काही दिसले नाही. अर्धा तास शाळा पाहून झाल्यावर साहेबांनी मोठ्या प्रेमाने नानाला निरोप दिला. अगत्यपूर्वक शाळेच्या दरवाजापर्यंत येऊन पोचवले. मान खाली घालून नाना कण्हत-कुथत बाहेर पडला. घराकडे गेला.

रात्री आत्याबाईने त्याचे सबंध अंग रगडले. तापलेल्या विटकरीने शेकले. तोंडाला लेप लावला. तरी नाना रात्रभर कण्हत होता. कण्हत-कण्हतच तो अंथरुणावर पडला. डोळे मिटण्यापूर्वी समाधानाने एवढेच म्हातारीला म्हणाला,

‘‘लागलं तर लागू दे गं, त्याचं एवढं इशेष न्हाई. पर ते कुत्रं पिसाळल्यालं न्हाई, एवढं नक्की. एवढ्या भानगडीत ते कुण्णा कुण्णाला चावलं म्हणून न्हाई. आता काय घाबरायचं कारण न्हाई.’’

◻

दक्षता

गणपती-उत्सवातले दिवस. रात्री डान्सिंग पार्टीचा कार्यक्रम होता. दीड-दोन वाजेपर्यंत धांगडधिंगा चालला होता. पोरींच्या लचकण्या-मुरडण्यावर लोक खूश होते. वाद्यांचा दणदणाट आणि गाणे वाजवणे यामुळे कार्यक्रमाला भलतीच रंगत आली होती. लोक खूश होते, म्हणून कार्यकर्ते खूश होते. सगळा कार्यक्रम संपून शांतता झाली होती. गणपतीच्या मांडवात आता कुणीही नव्हते. कार्यक्रमानंतर आलेला चहा आणि चिवडा यांचा फडशा पाडून कार्यकर्तेही घरोघर जाऊन पडले होते. मांडवात अगदी शुकशुकाट होता. श्री गणरायच कदाचित जागे असले तर असतील! दीड-दोन वाजेपर्यंत आरडाओरडा, वेडेवाकडे नाच आणि रणवाद्यांप्रमाणे वाद्यांचा कोलाहल ऐकत राहिल्यामुळे कोठल्याही शहाण्या देवाला झोप येणे शक्यच नव्हते. त्यामुळे गणपतीमहाराज बहुधा जागे असावेत. पण रात्री अडीच-तीनच्या सुमारास तेही थोडे पेंगल्यासारखे झाले असावेत.

नाही म्हणायला, सरकारचा एक दक्ष सेवक त्या मांडवात उपस्थित होता. गल्लीबोळातल्या प्रत्येक गणपतीच्या मांडवात सध्या एक-दोन शिपाईबुवा पहाऱ्यासाठी असतातच. कोठल्याही प्रकारे शांतताभंग होऊ नये एवढी दक्षता घेणे, हेच त्यांचे काम असते. नारायण कॉन्स्टेबलही याच कामगिरीवर हातात काठी घेऊन मांडवात हजर होता. पण रात्री तीन वाजता तो तरी कसा जागा असणार? मांडवातल्या एका कोपऱ्यात एका खांबाला टेकून त्याने पाय पसरले होते आणि अंग सैल करून डोळे मिटले होते. झोप आणि जाग यांच्या हद्दीवर कुठंतरी तो असावा. कारण नारायण कॉन्स्टेबल चांगला घोरत होता आणि आपले घोरणे त्याचे त्यालाच नीट ऐकू येत होते. डोळे तर त्याचे इतके जडावले होते की, काही आवाज झाला तरी ते त्याला उघडवत नव्हते. नुसत्याच भिवया वर-खाली करून तो आपण तसे काही झोपलेलो

नाही, एवढे दाखवीत होता.

काही तरी जोराची खसखस झाली आणि नारायणाने अशाच मिटल्या डोळ्यांनी भिवया वर-खाली केल्या. काही केले तरी डोळे उघडेचनात. पुन्हा एकदा 'धड धड धड' असा जोराचा आवाज झाला आणि नारायण दचकून जागा झाला. डोळे चोळीत त्याने भोवताली इकडेतिकडे पाहिले. मग त्याचे लक्ष समोर गणपतीकडे गेले. मांडवात एक भटकी गाय शिरली होती. तिने गणपतीसमोरच्या एका-दोन कुंड्या तर पाडल्या होत्याच, पण आता गणपतीजवळचे कसलेतरी गवत तोंडाने ओढण्याचा तिचा खटाटोप चालला होता.

पलीकडे पडलेली काठी उचलून नारायण तत्परतेने उठला. धावतच तिथपर्यंत गेला. 'हाईक् हाईक्' करून त्याने गाईला हाकलण्याचा प्रयत्न केला. पण गाय चांगली निर्ढावलेली, चार माणसांत सारखी हिंडणारी-फिरणारी, नेहमी बाजारात, गर्दीच्या ठिकाणी ऊठ-बस करणारी असावी. ती अजिबात हलायला तयार नव्हती. शेवटी नारायणाने सरकारी दंडुक्याचा प्रसाद तिच्या पाठीला चार-दोन वेळा दिल्यावर ती कशीबशी हलली. तोडलेले गवत तोंडाने चघळत तिने एका विचित्र नजरेने नारायणाकडे पाहिले. मग एखादे उनाड, बनेल कार्टे वर्गातून मास्तरांनी हाकलल्यावर ज्या रुबाबात मास्तरकडे बघून वर्गातून बाहेर पडते, त्या रुबाबात ती मांडवाबाहेर पडली. शांतपणे दुसरीकडे चालू लागली.

नारायणाने एकदा पडलेल्या कुंड्यांकडे पाहिले. उगीच कटकट नको, म्हणून त्या कुंड्या उचलून पुन्हा जागच्या जागी ठेवल्या. मग सहज त्याचे लक्ष गणपतीच्या मूर्तीकडे गेले. तो एकदम दचकला. चांगला घाबरलाच म्हणा ना. त्याच्या हातापायांना एकदम कंप सुटला.

त्या गाईने चांगलाच उद्योग करून ठेवला होता. गवत ओढण्याच्या खटाटोपात मूर्तीला धक्का लागलेला असावा. मूर्तीचा सोंडेचा कडेचा तुकडा उडाला होता आणि तो तिथेच खाली पडला होता. तुकडा लहानसाच होता. पण भग्नमूर्ती म्हणजे भग्नमूर्ती. लहान-मोठ्याचा मुद्दाच नाही.

नारायणाला दरदरून घाम आला. गणेशोत्सव, मोहरम असल्या भानगडी म्हणजे आधीच पोलीस खात्याची कंबक्ती. केव्हा शांतताभंग होईल याचा नेम नाही. त्यातून हे गाव शांतताभंगाची अतोनात आवड असलेले. काही घडायचा अवकाश – लट्ठालट्ठी, मारामारी सुरूच. तशात हा प्रकार म्हणजे तर सबंध समाजाच्या धार्मिक भावनांचा प्रश्न. मूर्ती भग्न झाली म्हटल्यावर काय होईल अन् काय नाही!... झाला दोन समाजांत दंगा सुरू, म्हणजे मग काय? हरताळ, मोर्चे, निदर्शने, लाठीहल्ला आणि शेवटी गोळीबार... मेलो आता....

पहिल्या प्रथम साहेब आपल्यावर उखडणार. डोळे गरगर फिरवीत तो म्हणेल,

"साल्यांनो, तुम्हाला बंदोबस्ताला कशाला नेमलंय रे मग? हे असलं काही घडू नये म्हणून ना? नोकऱ्या करता का हजामती? सगळ्यांच्या नरड्याला तात लावलास. चल हकाल. पयले छूड सस्पेंड करा त्याला. मागनं बघू सगळं."

साहेबांचा एकदा तोफखना सुरू झाला म्हणजे मग मधे बोलायची अजिबात सोय नाही.

नारायणाच्या डोळ्यांसमोर पुढचे चित्र स्पष्ट उभे राहिले. हे कळले तर साहेब बहुधा आपल्याला सस्पेंडच करील. काय घडले, ते कळवले तर पाहिजे. हा रिपोर्ट तर गेलाच पाहिजे. बरं, नाही वर कळवले तरी चार लोकांना ही गोष्ट कळणारच. कळल्यावर दंगा, मारामारी, हरताळ... बाप रे! दोन्ही बाजूंनी प्रसंग कठीणच. विघ्नहर्त्या गणपतीने आपल्याच पोटापाण्याच्या उद्योगात असे विघ्न आणले तर मग काय करायचे माणसाने? नारायणाने इकडे-तिकडे पाहिले. आसपास एकही माणूस दिसत नव्हता. त्याच्या डोक्यात एक कल्पना आली. कुंड्यांच्या हारीतून वर चढून ओणवे होऊन त्याने तो मोडलेला सोंडेचा तुकडा उचलला. मूळ सोंडेला लावून पाहिला. बरोबर बसत होता. नुसता डिंक लावला असता तरी काम भागवून नेता येण्यासारखे होते. पण आता या अपरात्री डिंक कुठून मिळवणार? मोठाच पेच होता. निदान डिंकासारखे चिकट दुसरे काही तरी हवे.

नारायणाने डोके खाजवले. सरकारी टोपी वर ठेवली असल्यामुळे त्याचे डोके भराभर चालू लागले.

मांडवाच्या जवळच एक बोळ होता. त्या बोळात एका कार्यकर्त्याचे घर होते. नारायणला त्याने एकदोनदा चहा दिला होता. त्याला मागितला तर? तो नाही म्हणणार नाही. डिंक कशाला पाहिजे, हे सांगितले नाही म्हणजे झाले.

त्या अंधारात धडपडत, ठेचकाळत नारायणने त्या कार्यकर्त्याचे घर गाठले. दरवाजावर जोरजोरात धडका दिल्या.

"बाबूराव, अहो बाबूराव...."

बाबूरावांचे थोरले भाऊ पैलवानदादा नुसत्या लंगोट्यावर गाढ झोपी गेले होते. ते एकदम जागे झाले. डोळे चोळीत, जांभई देत खिडकीत उभे राहिले. मग खेकसले,

"आरं, कोण बोंबलतोय त्यो?"

"मी नारायण कान्स्टेबल, ह्या मांडवातला."

"काय काम है?"

नारायणने वर पाहिले. खिडकीत एक अगडबंब पुरुष नुसत्या लंगोटावर उभा होता. सुटलेले पोट खाजवीत होता. नारायण एकदम हबकलाच.

"जरा काम आहे हो –"

“बाबू झोपलाय. काय काम है?”

आता काही इलाजच नव्हता. स्पष्ट बोलणे भागच होते.

“डिंक आहे का, डिंक?”

“काय?” एकदम प्रचंड गडगडाट झाला.

“न – नाही, खळ असली तरी चालेल.”

“आता ह्या येळेला? काय चिकटवताय?”

“मांडवातल्या पताका.”

“त्यांना काय धाड आलीय?”

“खाली पडताहेत. नीट चिकटवून लावतो.”

“अहो, तुमाला कुणी सांगितला हा उद्योग?” पैलवानदादा वरून गरजले. “सकाळी पोरं आली म्हंजे बगतील काय करायचं ते. तुमी निवांत झोपा हवालदार! आन् दुसऱ्याची झोप खराब करू नगा. आयला, कटकटच है –”

“अहो, पण –”

“का खाली येऊ काय?”

हे शब्द ऐकू आल्यावर नारायण तिथे थांबलाच नाही. चपळाईने त्याने बोळाचे तोंड गाठले. पुन्हा गडी मांडवात दाखल झाला.

मांडवात येऊन बघतो तर फाटक्या अंगाचा एक माणूस गणपतीसमोर उभा. अंगावर मळके कपडे, दाढी वाढलेली, डोक्यावरचे केस वेडवाकडे उभे. इकडे-तिकडे झुकांड्या देत न्याहाळून गणपतीकडे पाहतोय. म्हणजे? याला कळले की काय? तसे असेल तर मात्र मेलो आपण. सकाळपर्यंत सगळीकडे बभ्रा होणार. मग दंगा सुरूच बघा.

धावत-धावत मांडवात घुसून त्याने घाईघाईने दंडा आपटला. खास पोलिसी आवाजात विचारले,

“ए, काय बघतोस? चल हाकाल.”

तो माणूस मागे वळून नारायणकडे बघत हसला. तेवढ्यात त्याचा तोल गेला. पुन्हा स्वत:ला सावरत तो गणपतीकडे पाहू लागला. बहुतेक स्वारी घोड्यावर असावी. नारायणला शंका आलीच. जवळ गेल्यावर तोंडाचा गपकन् वास आला. त्याची खात्रीच पटली.

“काय बघतोस रे?”

“गनपती –” त्या इसमाने आपले हडकुळे बोट त्या दिशेने केले.

“गणपतीला काय बघायचंय? चल नीघ.”

“आज आमाला जास्त झालीया –”

“काय?”

"लई आग्रेव झाला. आख्खी बाटली मारली. समदं इचित्रच दिसाय लागलंय."

"असं?"

"तर! गणपतीकडे बघतोय, तर सोंडच न्हाई दिसत तिच्या मारी!"

"सोंड दिसत न्हाई?"

"अजाबात न्हाई!... तुमाला न्हाई, मला न्हाई –" त्याने स्वत:च्या नाकाला हात लावून प्रात्यक्षिक दाखवले – "आन् ह्या गनपतीलाबी न्हाई! हा: हा:... लई चढली तिच्या आयला."

"मग जा घरी. निवांत पड." नारायणाने गुरगुरत सांगितले. एकदम हुकूम सोडला. त्याबरोबर त्या दारूड्याने नारायणाला खाडकन् सलाम ठोकला.

"जय गणपतीबाप्पा –"

"हां, जय गनपतीबाप्पा! पळा आता."

तो गडी झुकांड्या देत बाहेर पडला आणि रस्त्याने पुढे गेला, तेव्हा नारायणाच्या जिवात जीव आला. चला, एवढे बरे झाले. गणपतीला सोंड नाही, हे पाहिले ते एका दारूड्याने. आता त्याने कोणाला सांगितले असते तरी चिंता नव्हती. दारूड्याच्या बोलण्यावर कोण विश्वास ठेवतो?

आता पुढे काय करायचे? डिंक कुठून तरी मिळवायला पाहिजे, हे नक्की. नाहीतर आपल्या जीवन-मरणाचा प्रश्न आहे.

मांडव ओलांडून नारायण दुसऱ्या बाजूला वळला. शोधक नजरेने बघत रस्त्याने चालू लागला. डिंक, खळ यातले काहीतरी मिळवले पाहिजे. त्याशिवाय इलाज नाही. भात असला तरी चालेल. तोही चिकट असतो. काम भागून जाईल.

रस्त्याच्या एका बाजूला आडोशाला कुणीतरी भिकारीण गाढ झोपी गेली होती. शेजारी दोन अर्धनागडी पोरे, चिंध्यांचे बोचके. भिंतीला लागून ठेवलेली जस्ताची एक-दोन खरकटी भांडी, एक-दोन मडकी, एखादे वाडगे.

नारायणाचे एकदम तिकडे लक्ष गेले.

भिंतीजवळ ठेवलेल्या एका थळीत खरकटे अन्न तसेच होते. थोडासा भात, वाळलेले भाकरीचे तुकडे, सांडलेले वरण... शिळ्या, कुजलेल्या अन्नाचा वास.

नारायण थबकला. तो भाताचा गोळा बघून त्याच्या डोक्यात एकदम वीज चमकली. इकडे-तिकडे बघून त्याने कानोसा घेतला.

सगळीकडे अगदी गडीगुप्प होते. रात्रीची कर्रर शांतता भोवताली दाटली होती. कुणाचीही चाहूल नव्हती.

एक क्षणभर नारायण घुटमळला. त्याने थोडा विचार केला. मग कोपऱ्यात ठेवलेली थाळी उचलून त्याने एकदम धूम ठोकली.

जराशी खसफस झाली, आवाज झाला आणि ती भिकारीण जागी झाली. कुणी

तरी काही तरी उचलले अन् पळ काढला, हे तिने पाहिले. चट्दिशी उठून ती ओरडली,

"ए मुडद्या, काय पळीवलंस रं माझ्या कर्मा –"

त्याच्या पाठोपाठ मोठ्यांदा ठणाणा केला.

"चोर... चोरऽऽ चोर...."

आणि नारायणाच्या पाठोपाठ ती पण जीव खाऊन पळत सुटली. डोळ्यांवर अर्धवट झोप... भोवताली गडद अंधार... चोर कोणत्या दिशेला गेला, एवढेच तिला दिसले. त्या दिशेने ती धावत सुटली.

पळता-पळताच नारायणाच्या कानावर 'चोरऽ चोरऽऽ' हा गजर ऐकू आला आणि तो हबकलाच. पोलिस पुढे पळतो आहे आणि भिकारीण त्याच्या मागोमाग धावत सुटली आहे, हे दृश्य लोकांनी पाहिले तर ते कसे दिसेल, असा एक गंभीर विचार त्याच्या डोक्यात येऊन गेला. तो एकदम थांबला. हातातली थाळी त्याने बाजूला टाकून दिली. मग हवालदाराच्या रुबाबात तो शांतपणे पावले टाकीत मांडवाकडे आला. हुश्श करून उभा राहिला. गणरायाच्या मूर्तीकडे त्याने जरा चमत्कारिक दृष्टीने पाहिले. भंगलेली मूर्ती शांतपणे तशीच ध्यानस्थ होती. नारायणावर काय संकट ओढवले होते, याचा वरकरणी तरी तिला पत्ता दिसत नव्हता.

पाच-दहा मिनिटांतच ती भिकारीण आणि गल्लीतले चार-दोन दादा हातात दंडुके घेऊनच रस्त्यावरून आले. त्यातला एक नारायण जवळ येऊन म्हणाला,

"तुमी जागेच हुता का हवालदार?"

हवालदार ऐटीत म्हणाले,

"तर! रात्रभर जागा आहे मी. खडा पहारा चालू आहे. ड्युटी म्हंजे ड्युटी. त्यात हयगय न्हाई."

"मग इकडून एखादा चोर पळत गेलेला बघितला का?"

"चोर?"

"हां – हां –"

"चोर नाही, पण एक गल्लीतलाच माणूस कुणीतरी घाईघाईने गेला खरा. हा आत्ताच गेला."

"गल्लीतलाच?" त्या माणसांनी एकमेकांकडे अर्थपूर्ण दृष्टीने पाहिले.

"बहुतेक. चेहरा काही नीट दिसला नाही. पण गल्लीतलाच असला पाहिजे नक्की. का, काय झालं?"

"अहो, या गरीब भिकारणीचं भांडं चोरून पळाला भडवा! म्हंजे कमाल झाली का न्हाई?"

"झाली खरी." नारायणाने ताबडतोब कबुली दिली. घोळक्यातला एक जण

दुसऱ्याला म्हणाला,

"गाढवेअण्णा, मला वाटतं, लई करून हे काम त्या टरक्या नानाचंच असावं."

"कशावरून म्हणता?" गाढवेअण्णांनी फिटत असलेले धोतर पहिल्यांदा सुरक्षित ठिकाणी आणले. मग प्रश्न केला.

"लई हरामखोर जात है. अहो, पळवावं की. पण चांगल्या माणसाचं बघून तरी पळवावं. भिकारणीचा माल उचलायचा? हॅट् साला!"

तिसरा कोल्ह्याच्या तोंडासारखे तोंड असलेला बोलला,

"टरक्या नानाचंच काम असनार! पैशा-दोन पैशासाठी चोऱ्या करतीय जात."

"आता आमीबी एखाद्या बारीला पाकीटमारी करीत न्हाई का? करतो. पण चांगला मानूस बगायचा. निदान पाच-पंचवीसाला मरन न्हाई. ह्यो भडवा दाताचे पैसे मिळाय लागले, तर सख्ख्या आईचं दात पाडील. आता नाना भेटू द्यात –"

गड्याने असा मिशीला पीळ मारला की, आता सकाळी टरक्या नानाची काही धडगत नाही. चांगली हाणाहाणी होणार, एवढे नारायणाच्या लक्षात आले.

अशी बोलणी झाली आणि मग सगळे हलले. भिकारीण गेली. चोरावर लक्ष ठेवा, असे बजावून बाकीचे हलले. नारायणानेही आपला दंडुका आपटून आपले लक्ष आहेच, ही गोष्ट त्यांच्या मनावर पूर्णपणे बिंबवली. पुन्हा सगळीकडे शांत झाले.

आता काय करायचे?

विचार करकरून नारायणाच्या डोक्यात किडे पडले. पण उत्तर काही सापडले नाही. पहाट झाली. गार वारा वाहू लागला... आता बघता-बघता सकाळ होईल. लोक बाहेर पडतील. मांडवात ये-जा सुरू होईल. कुणाच्या तरी लक्षात येईलच. गोष्ट लपून राहण्यासारखी नाहीच. मग पुढे काय होईल?

डोके खाजवून-खाजवून नारायणाच्या डोक्याला नायटा उठण्याची वेळ आली. पण त्याला युक्ती काही सापडेना. काही तरी झाले, हे उद्या कळले, म्हणजे जबाबदारी कुणाची? हताश होऊन शेवटी तो उठला आणि सरळ जवळच्या चौकीवर गेला. तिथे ठाणे अंमलदार एका सरकारी खुर्चीवर पेंगत होते. त्यांना उठवून नारायणाने ही हकिगत सांगितली. त्याबरोबर अंमलदारसाहेबांची झोप खाड्कन् उतरली. तारवटलेल्या डोळ्यांनी आणि भेसूर मुद्रेने ते म्हणाले,

"गणपतीमूर्ती भंगली दादा गल्लीतली?"

"भंगली म्हणजे – सोंड थोडी तुटली."

"तेच ते. भंगलीला आणखीन काय शिंगं असतात का? अन् तू गधड्या, आत्ता सांगायला आलाहेस? एवढी मोठी गाय शिरली मांडवात अन् तुला पत्ता न्हाई? काय, ड्युटी करता का हजामती?"

वरचा साहेब जे बोलणार, तेच ठाणे अंमलदाराने बोलून टाकल्यावर आता वरचा साहेब काय बोलेल, या कल्पनेने नारायणाच्या काळजाचे पाणी-पाणी झाले. तो काही बोलला नाही. ठाणे अंमलदाराने पुढे पंधरा मिनिटे आरडाओरडा करून त्याला माहीत असलेल्याच गोष्टी पुन्हा ऐकवल्या. दादा गल्ली भांडणे, मारामाऱ्या यासाठी आधीच प्रसिद्ध. पण मंडळी धार्मिक फार. मूर्ती रात्रीत भंगली हे कळले, तर अनर्थ होईल. शिवाय जवळच दुसऱ्या जमातीची वस्ती आहे. मग मारामारी सुरू व्हायला उशीर कसला? दुपारी बारापर्यंत हाणामारी होणारच. दोन-तीनच्या सुमारास लाठीहल्ला आणि संध्याकाळी गोळीबार. आता हे वेळापत्रक अगदी अटळ आहे. गोळीबारानंतर संचारबंदी आलीच. म्हणजे पोलिस खात्याचे कंबरडे मोडलेच म्हणून समजा. नुकतीच मी रजा मंजूर करायला टाकली आहे, ती रजा पार बोंबलली. तुमचं ठीक आहे. तुमची बायकापोरं इथंच आहेत. आम्हाला मधून-मधून चार दिवस जाण्यावर समाधान मानावं लागतं. तेही आता खलास. आता कशाची रजा अन् कशाचं काय?

नारायणाने हे सगळे अस्खलित भाषण मान खाली घालून सराईतपणे ऐकून घेतले. मग तो शांतपणे म्हणाला,

"पण आता काय करायचं, ते बोला ना साहेब? आजून टाईम आहे. काय करायचं आसलं तर करता यील."

हे ऐकल्यावर अंमलदार एकदम सावरले. मग विचार करून ते म्हणाले,

"त्या मूर्तिकाराचं नाव माहीत आहे?"

"कोण?"

"अरे, ज्याच्याकडून मूर्ती आणली तो?"

"ते कशाला?"

"तुला काय करायचं? नाव माहीत आहे का?"

"नाही बुवा."

"मग रडा."

अंमलदारांनी थोडा वेळ डोके खाजवले. मग ते म्हणाले,

"मी काढतो हुडकून. त्याला घेऊन येतो तिथं."

"हां, आलं लक्षात. त्याच्याकडनं ती सोंड चिकटवून घ्यायची."

"बरोब्बर."

"चांगली आयडिया आहे साहेब."

"पण तोपर्यंत?"

"काय करू?"

"मांडवात खडा पहारा. गणपतीजवळ कुणाला फिरकू द्यायचं नाही."

"ते बरोबर करतो."

"मग पळ."

नारायण तिथून सटकला, मांडवाकडे आला. अजून सगळीकडे शुकशुकाट होता. कोणी उठलेले नव्हते. ते पाहून त्याने सुटकेचा नि:श्वास सोडला.

इकडं अंमलदारांनी धावाधाव करून मूर्तिकाराचा पत्ता शोधून काढला. गाडी काढून स्वत: त्याच्या घरी धाव घेतली. मूर्तिकार गणपत घडशी त्या वेळी गाढ झोपेत होता. आपणच तयार केलेल्या मूर्तीवर कोणते संकट कोसळले आहे याचा त्याला अजिबात पत्ता नव्हता. पोलिसी आरडाओरडा ऐकून तो घाबरून जागा झाला. डोळे चोळीत उठून बसला. त्या वेळी त्याची बायको हात जोडून साहेबाला म्हणत होती,

"आमच्या माणसांनी काई केलेलं न्हाई साहेब. आता जुगार अजाबात न्हाई. दारू बी आधनंमधनं. ती बी लई न्हाई. आज रातसार घरीच हैत."

अंमलदार गुरगुरून म्हणाले, "त्याला बोलव. तुझी बडबड बंद कर."

गणपत घडशी जागा झालाच होता. त्याने चट्दिशी साहेबाचे पाय धरले, तेव्हा साहेब म्हणाले,

"गणप्या घडशी का तू?"

"व्हय साहेब."

"आन् लोकांना अशा मूर्ती देतोस का तू?"

"अशा म्हंजे?"

"मोडक्या-तोडक्या. त्या दादा गल्लीतल्या लोकांची कंप्लेट आलीय ना. सोंडच नाही त्या गणपतीला."

मूर्ती बनवल्यानंतर ऐन गणेशचतुर्थीच्या आदल्या दिवशी एक ऑर्डरच्या गणपतीची सोंड गणप्याच्या लहान पोराने मोडली होती. गणप्याने ती घाईघाईत चिकटवली होती आणि पुन्हा रंग लावून, बेगड फासून जिथल्या तिथे सगळे करून ठेवले होते. कुणाला काही पत्ता नव्हता. पण तो दुसरा कुठला तरी सार्वजनिक गणपती होता. दादा गल्लीचा नव्हता, हे नक्की. मग त्याची सोंड कशी तुटली? काय भानगड आहे, कोण जाणे. पण आता वादावादी करून उपयोग नाही. मिटवामिटवी केली पाहिजे.

दादा-बाबा करीत तो हात जोडून म्हणाला,

"काय तरी चुकून झालं आसंल साहेब. माझा काही गुन्हा न्हाई."

"नाही कसा? जेलमध्येच धाडतो तुला. लेखी कंप्लेंट आहे."

"नको साहेब."

"मग ऊठ. सगळं सामान घेऊन चल. उजडायच्या आत रिपेर झाली पाहिजे."

सगळे साहित्य घेऊन गणप्या धडशी साहेबाबरोबर निघाला. त्यांच्या गाडीत बसला. दोघेही दादा गल्लीच्या मांडवात पोचले तेव्हा नारायण कॉन्स्टेबल खडा पहारा करीतच उभा होता. त्याने खाड्कन सलाम ठोकला.

"कुणी येऊन गेलं? कुणाला कळलं?"

"आले होते चार-दोन. मी हुडत् करून हाकललं सगळ्यांना."

"शाबास!"

"आता पुजारी येईल साहेब. तो भटजी उजाडायला सायकलीवरनं येतो अन् पूजा करून जातो. फार विचित्र मनुष्य आहे."

"ठीक आहे. तो आलाच तर त्याला बाहेरच अडव. गाडीत आपली एक-दोन माणसं आहेत. फार गडबड करायला लागला तर बिगरबत्ती, डबलशीट म्हणून अडकवून ठेवा म्हणावं."

"बराय."

"तवर मी इथलं काम उरकतो."

नारायण कॉन्स्टेबल सावधपणे पहारा करण्यासाठी उभा राहिला. साहेबाने गणप्याला वर चढवले. गणप्या घडशाने बघता-बघता तुटलेली सोंड जोडली. रंगाचा ब्रश सफाईदारपणे फिरवला. सोनेरी कागदाचा तुकडा चिकटवला. सगळे जिथल्या तिथे झाले.

मग साहेबांनी सुटकेचा निःश्वास सोडला. ते घडशाला म्हणाले,

"तू पळ रे घरी. अन् एवढा बार माफी दिलीय तुझ्या बायकोकडं बघून. पण जर का कुठं बोललास –"

"अजाबात न्हाई साहेब."

घाबरलेला घडशी घाईघाईने निघून गेला. साहेबही हलले. जाता-जाता त्यांनी नारायणाला दम भरला.

"नीट लक्ष ठेवत जा. पुन्हा असं घडलं तर बघ –"

"न्हाई साहेब."

नारायणाचेही डोके शांत झाले. त्या गणपतीच्या मूर्तीपुढे उभा राहून त्याने मनोभावे नमस्कार केला. मनात म्हणाला, 'मंगलमूर्ती मोरया, पावलास रे बाबा. माझ्यावरचं विघ्न दूर केलंस. ह्या संकष्टी चतुर्थीला एकवीस मोदकांचा नैवेद्य दाखवीन आणि तो मीच सगळा खाईन. एक कणभर वाया घालवणार नाही....!'

□

तपकीर

बावळेमास्तर आणि तपकिरीचे व्यसन या गोष्टी एकरूप होत्या. मास्तर म्हणजे मूर्तिमंत तपकीर होते. हे व्यसन त्यांना कधी लागले, हे कुणाला नक्की माहीत नव्हते. कारण जसे पाहावे तसे मास्तर आपले तपकीर ओढीतच होते. त्यांच्या बालमित्रांनी बारा-तेराव्या वर्षीही कुमार बावळे हा चोरून तपकीर ओढत असल्याचे अनेक वेळा पाहिले होते. आज मास्तर पन्नाशीच्या आसपास आले होते. म्हणजे किती वर्षे झाली पाहा. पस्तीस-चाळीस तरी सहज. इतक्या वर्षांत मिळून बावळेमास्तरांनी एकूण किती तपकीर ओढली असेल, देव जाणे! पण चार-दोन मोठी पिंपे सहज भरतील. हिशेबच केला असता, तर एखादे पिंप जास्तीच, पण कमी नाही.

दिवसभर बावळेमास्तर आपले तपकीर ओढताना दिसत. जेव्हा पाहावे तेव्हा त्यांच्या डाव्या हातात भली मोठी डबी असे. त्यावर टिचक्या मारीत ते बसत. ते डबी तरी उघडीत असत किंवा हातात चिमूट घेऊन ती नाकात कोंबत तरी असत. तपकीर ओढीत नसतील, तेव्हा ते नाक शिंकरीत बसलेले असत. खिशातल्या रुमालात नाक पूर्णपणे मोकळे केल्यावर ते अर्थातच पुन्हा तपकीर ओढीत. रुमालात नाक गुंडाळल्यावर त्याचा होणारा अनुनासिकयुक्त दीर्घ आवाज दर दोन-तीन मिनिटांनी ऐकू येत असे. तो संपला की, तपकिरीच्या डबीवर मारलेल्या टिचक्या ऐकू येत. मग हा पदार्थ नाकात कोंबत असताना होणारा ध्वनी कानावर पडे. या त्रितालात बावळेमास्तरांचे आयुष्य मोठ्या सुखासमाधानाने चालले होते. त्यात कसलीही उणीव नव्हती. शाळेतील वात्रट कार्टी त्यांना 'तपकीरमहाराज' म्हणूनच हाका मारीत. बरोबरीचे मास्तर त्यांचीच तपकीर ओढून त्यांची टिंगल करीत. पण मास्तरांना त्याचे काही सुख-दुःख नव्हते. ते आपले मुकाट्याने

तपकिरीचा बार भरत आणि कामाला लागत. हातात पुस्तके आणि डबी घेऊन वर्गावर जात.

बावळेमास्तरांचा वर्ग कोठे चालला आहे, हे शाळेत कोणालाही, कुठेही असले तरी कळत असे. एक तर बावळेमास्तरांचा आवाज खणखणीत होता आणि दुसरे म्हणजे ह्या तीन तालांचा आवाज बाहेरही लांबवर ऐकू जाई. एखाद्या सुतारमेटावर चाललेल्या ठोकठोकीसारख्या डबीवरल्या टिचक्या अगदी समप्रमाणात वाजवत. तपकीर नाकात प्रवेश करीत असताना हुंदडणाऱ्या प्राण्यांचा श्वासोच्छ्वास चालल्याचा भास बाहेर होई. आणि नाक रिकामे करताना सुरुंगाच्या दारूचा बार उडावा तसा प्रचंड ध्वनी होत असे. शिवाय या सगळ्या प्रकारामुळे टेबलाजवळ बसलेली पहिल्या बाकावरची मुले मधून-मधून धडाधड शिंकत असत, तेही कानांवर येत असे. मास्तर वर्ग सोडून निघून जात तेव्हा त्यांच्या टेबलावर तपकिरीचा सडा पडलेला असे, पाच-सात पोरांची नाके लाल झालेली असत आणि मास्तरांच्या मिशा अधिक पिवळट झालेल्या दिसत.

एकंदरीत बावळेमास्तरांचा दिनक्रम हा अशा रीतीने चाललेला होता. त्यात कोठे तक्रारीला जागा नव्हती. कसलेही विघ्न नव्हते. पण हे विघ्न लवकरच आले.

जुने हेडमास्तर सेवानिवृत्त झाले आणि निघून गेले. त्यांच्या जागी एक नवे तरुण गृहस्थ आले. तरुण माणसाचे रक्त ते. सारखे सळसळायला लागले. शाळेत नाना प्रकारचे नवीन उद्योग करायला स्वारीने सुरुवात केली. मुलांच्या पोषाखाकडे लक्ष दे. त्यांना रोज गृहपाठ मिळतो की नाही, हेच पाहा. पालकांना बोलावून त्यांच्याशी चर्चा कर. एक ना दोन – अनेक गोष्टी सुरू झाल्या. इथपर्यंत सगळे ठीक होते. पण हळूहळू मुख्याध्यापकसाहेबांनी मास्तरलोकांचीही तपासणी चालवली तेव्हा कठीण प्रसंग आला. शिक्षकांनी शाळेत पंधरा मिनिटे आधी यावे, त्यांचा पोषाख नीटनेटका आणि स्वच्छ असावा, त्यांनी वेळेवर वर्गात जावे, इतकेच नव्हे तर त्यांनी मुलांना शिकवावेसुद्धा, अशी एकामागोमाग एक फर्माने सुटू लागली. त्यामुळे मास्तरवर्गाची अगदी गाळण उडाली. आपण सांगतो आहोत त्याप्रमाणे घडत आहे किंवा नाही, हे पाहण्यासाठी मुख्याध्यापक श्री. जोशी हे स्वत: शाळेतून हिंडू लागले, तेव्हा तर फारच खळबळ उडाली. बरे, नुसते फेरफटका मारून मुख्याध्यापक थांबले तरी गोष्ट निराळी होती. पण मास्तरांना हाका मारून ते त्यांना आपला अभिप्राय निर्भीडपणे ऐकवू लागले, तेव्हा मात्र बाका प्रसंग आला. बकासुराच्या गावातील माणसाप्रमाणे, आता आपली पाळी केव्हा येते कोण जाणे, अशी ज्याला-त्याला धास्ती वाटू लागली.

आणि एके दिवशी घडायचे ते घडले. श्री. जोशी यांनी बावळेमास्तरांना आपल्या खोलीत बोलावले. शिपाई बोलवायला आला तेव्हा बावळेमास्तर शिक्षकांच्या

खोलीत आरामखुर्चीवर बसून शांतपणे तपकीर ओढत होते. नेहमीप्रमाणे त्यांच्या मिशांना तपकीर लागलेली होती. धोतरावरही ती थोडीफार सांडली होती. नाक सगळे बरबटले होते.

शिपाई बोलवायला आला तेव्हा बावळेमास्तरांना आश्चर्य वाटले. आजपर्यंत आयुष्यात त्यांना हेडमास्तरांनी फारसे कधी बोलावले नव्हते. मग आजच जोशींनी कशाला बोलावले असावे? तपकीर-बिपकीर तर मागायची नसेल ना? तसेही असेल. काम करून माणूस दमला म्हणजे वाटते ओढावीशी. साहजिकच आहे.

रुमालाने तोंडाची थोडी सारवासारव करून बावळे, हेडमास्तरांच्या खोलीत गेले. त्यांच्यासमोर खुर्चीत बसले. एक-दोन मुले, कुणी पालक जवळ उभे होते. त्यांना हेडमास्तरांनी प्रथम वाटेला लावले. मग ते बावळ्यांना उद्देशून म्हणाले,

"आत्ता मी तुम्हाला अशासाठी बोलावलं मिस्टर बावळे, की –"

समोरच्या टेबलावर दोन्ही हातांची बोटे टक्टक् करीत, वाजवीत जोशी थांबले. बावळ्यांनी तेवढ्यात डबी बाहेर काढली. आपणही टक्टक् केले. एक जोरदार बार नाकात ठासला. मग ते म्हणाले, "बोला –"

जोशींनी त्यांच्याकडे नापसंतीदर्शक दृष्टी टाकली. टेबलाजवळ पडलेले तपकिरीचे कण हाताने झटकले.

"हेच ते. याबद्दल मी तुमच्याशी बोलणार आहे. त्यासाठीच हाक मारली."

"कशासाठी?" बावळ्यांनी रुमालात नाक खुपसून प्रदीर्घ आवाज केला.

"ही – तपकीर –"

"वाटलंच मला –" बावळ्यांच्या चेहऱ्यावर स्मित झळकले. त्यांनी डबी पुढे केली.

"हं, घ्या. ओढा फस्कलास."

"शट अप्!" जोशी उसळले.

बावळ्यांनी ताबडतोब डबी बंद केली. ते आश्चर्याने हेडमास्तरांकडे पाहत राहिले. मग त्यांनी पुन्हा एकदा नाक वाजवले.

जोशी पुन्हा सावरले. कपाळावर पडलेल्या आठ्या हळूहळू घालवून त्यांनी आपली मुद्रा फक्त गंभीर केली. मग ते संथ आवाजात म्हणाले,

"हे पाहा बावळे, तुम्ही खूप जुने शिक्षक आहात या शाळेतले."

"बावीस वर्षे झाली." बावळे तत्परतेने बोलले.

"तेच सांगतोय मी."

"बरं."

"तुम्हाला काही सूचना सांगणं माझ्या जिवावर येतं."

"तसं काही वाटायचं कारण नाही. खरं म्हणजे, तुम्ही मुख्य आहात. आम्हाला सूचना करायचा तुमचा अधिकारच आहे."

कुठलीही गोष्ट बावळे स्वतःच सोपी करून सांगत असत. तर्कशुद्ध पद्धतीने मांडीत असत. त्यामुळे त्यांच्याशी बोलणारा माणूस अनेकदा गोंधळात पडत असे. हेडमास्तर जोशीही त्यांच्या ह्या सरळ बोलण्याने जरा बिचकले.

"काही गोष्टी बोलणं खरोखरच माझ्या जिवावर येतं. पण त्याला काही इलाज नाही. गेले बरेच दिवस मी एक गोष्ट तुमची पाहत आलो आहे."

"कोणती?"

"हे तपकीर-प्रकरण मला बिलकुल आवडत नाही."

बावळ्यांना हेडमास्तरांचे हे म्हणणे बिलकुल समजले नाही. आवडत नाही म्हणजे काय? नसेल आवडत. प्रत्येकाला हे प्रकरण आवडलेच पाहिजे, असा कायदा थोडाच आहे? नसेल आवडत तर तुम्ही ओढू नका. तुमचे हातपाय दाबून कुणी नाकात तपकीर कोंबते आहे की काय इथं? गंमतच आहे!....

"माझं म्हणणं कळालं का तुम्हाला?"

"नाही बुवा."

"तुम्ही फार तपकीर ओढता. फार वाईट दिसतं ते. विशेषतः तुम्ही वर्गात जे तपकीर ओढता, ते तर भारी वाईट. सोडून द्या हे व्यसन."

बावळ्यांनी मान हलवली.

"पस्तीस वर्षे झाली साहेब. आता काय तपकीर सुटते बिशाद! आता तपकीर आणि आम्ही एकदमच सुटायचे!"

पुन्हा हेडमास्तरांच्या कपाळाला आठ्या पडल्या.

"ते मला माहीत नाही. तुम्ही वर्गात ही गोष्ट करू नये, एवढंच मला सांगायचं आहे. अहो, ती तपकीर नाकात कोंबणं काय, ते शिंकरणं काय – सगळं भयंकर आहे बावळे तुमचं. मुलांना काय वाटत असेल?"

"मुलांना काही वाटत नाही साहेब. एखाद्या वेळेला मुलं कंटाळली म्हणजे उलट म्हणतात मला –"

"काय म्हणतात –"

"सर, आम्ही पुस्तकं वाचीत बसतो, तुम्ही तपकीर ओढत बसा."

हे बोलत असताना बावळ्यांची मुद्रा अशी काही झाली होती की, मुलांच्या या औदार्याबद्दल त्यांच्या अंतःकरणात फार मोठी कृतज्ञता साठलेली असावी.

"काय म्हणता काय!"

"होय साहेब."

"अन् त्याप्रमाणे तुम्ही ओढीत बसता?"

"छे: छे:! ओढत बसत नाही हं मी. हां –" बावळे जरा सावध झाले. "ओढतो तशी. पण शिकवतो. सपाटून शिकवतो."

"कमाल आहे बुवा!" जोशींनी मान हलवली. "अन् मागचे हेडमास्तर तुम्हाला काही बोलले नाहीत याबद्दल?"

पुन्हा बावळ्यांनी मान झटकली.

"कसे बोलणार?"

"का?"

"आहे, ते स्वत: पानतंबाखूचे भारी शौकीन. एकदा तंबाखू खाऊन बसले की, तासन्‌तास असे तोंड मिटून बसायचे. कुणाला काही बोलायचे नाहीत. हा: हा:!" बावळे मोठ्यांदा हसले. मग त्यांनी डबी उघडली. त्यातील चिमूटभर तपकीर नाकात कोंबली. नाकातून चमत्कारिक सूर एकामागोमाग एक काढले. मग हातरुमाल बाहेर काढून त्यात सर्ररर्र करून नाक वाजवले. हेडमास्तरांच्या अंगावर काटाच आला. ते रागारागाने म्हणाले,

"हे बघा, मिस्टर बावळे, मागचं काही असू द्या. आता इथून पुढे ही गोष्ट लक्षात ठेवा. कृपा करून तुम्ही वर्गात हा प्रकार करू नका. घरी तुम्ही सबंध तपकिरीचं डबडं नाकात ओता; माझं काही म्हणणं नाही. शिक्षकांच्या खोलीत ओढा, पण वर्गात नको. आलं लक्षात?"

"म्हणजे काय साहेब? लक्षात न यायला काय झालं? तुम्ही तर अगदी सरळ गोष्ट सांगितली!"

"म्हणजे पटतंय ना माझं म्हणणं तुम्हाला?"

"तुमचं म्हणणं रास्तच आहे. कुणालाही पटलंच पाहिजे. पण –"

"पण काय?"

"पण मला कसं जमणार साहेब ते? आता इतक्या वर्षांची सवय जायची नाही."

"गेलीच पाहिजे. निश्चय करा. काही अशक्य नाही. ठीक आहे."

ही जाण्याची सूचना होती. ती केली आणि हेडमास्तरांनी आपल्या समोरच्या कागदपत्रांत डोके खुपसले. बावळ्यांना जास्ती काही बोलण्यास त्यांनी वावच ठेवला नाही, तेव्हा बावळे निरुपायाने उठले आणि बाहेर आले. बाहेर उभे राहून त्यांनी पहिल्यांदा डबी उघडली. भरपूर तपकीर चिमटीत घेऊन दोन्ही बोटांनी नाकात खुपसली. चित्रविचित्र आवाज केला. मग एकदम दचकून त्यांनी हेडमास्तरांकडे डोकावून पाहिले. ते आपल्याकडेच पाहताहेत आणि त्यांच्या चेहऱ्यावर विचित्र भाव आहेत, हे दिसल्यावर बावळे तिथून सटकले. भराभर शिक्षकांच्या खोलीत येऊन त्यांनी राहिलेले आवाज पूर्ण केले. पुन्हा तपकीर ओढीत, ते तपकीर कशी सोडून

देता येईल याचा गंभीरपणे विचार करू लागले.

सतत पस्तीस वर्षे केलेली गोष्ट एकाएकी सोडून द्यायची, म्हणजे काय चेष्टा आहे? अन् सोडायची कशासाठी मी म्हणतो? तपकीर म्हणजे काय दारू आहे? हां, तसे असते तर गोष्ट वेगळी होती. दारूबद्दल काही वाईटसाईट लिहिलेले धडेही पुस्तकात आहेत. दारू वाईट असते, हे मुलांनी घोकलेलेच असते. अशी परिस्थिती असताना मास्तरांनी जर वर्गात ग्लास आणला आणि त्यातून त्यांनी दारू घेतली तर ते वाईट. कबूल आहे. पण तपकिरीबद्दल मी म्हणतो, एक अक्षर तरी कुठे वाईट लिहिलेले आहे का? अगदी कुठल्याही ग्रंथातून काढून दाखवा. ऑक्सफोर्ड डिक्शनरीसुद्धा घ्या अन् दाखवा. चॅलेंज आहे आपला. उगीच काहीतरी बोलायचे म्हणजे काय? तपकिरीचा एक झटका मारला की नाक कसे हुळहुळते आणि मेंदूला कशा मुंग्या येतात, हे कुठे आहे माहीत? मुंग्या म्हणजे काय, मुंगळे येतात कधी कधी. अशी मजा वाटते, आहाहा! पुन्हा काम करायला, बोलायला, पोरांना चोपायला असा उत्साह येतो की, काही विचारू नका. तपकीर सोडली, तर हे कसे जमेल?... पण काही इलाज नाही. सत्तेपुढे शहाणपण चालत नाही, म्हणून म्हणतात, ते काही खोटे नाही. हेडमास्तरसाहेबांचा हुकूम आहे. पाळलाच पाहिजे. नाही तर निष्कारण तक्रारी, भांडणे. जन्मात जी गोष्ट आपण केली नाही, ती गोष्ट करावी लागणार! ठीक आहे. वर्गात तपकीर ओढू नका तर नाही ओढायची. बघू या. काय होईल ते पाहावे.

बावळ्यांनी मनाशी असा दृढ निश्चय केला. मग त्यांनी एकामागोमाग एक सणसणीत झटके मारले आणि घंटा झाल्यावर ते दुसऱ्या वर्गावर गेले.

दहा-पंधरा मिनिटांनी हेडमास्तर वर्गाची पाहणी करण्यासाठी नेहमीप्रमाणे फेरफटका मारायला निघाले. वरच्या मजल्यावर ते आले तेव्हा त्यांना दिसले, की बावळेगुरुजी वर्गाच्या बाहेर उभे राहून जोरजोरात तपकीर ओढताहेत. नाकातून वेडेवाकडे आवाज काढताहेत आणि रुमाल नाकावर दाबून 'सुईईई' असा विलक्षण सुस्वर ध्वनी उमटवताहेत. ते गुपचूप तसेच उभे राहिले. थोड्या वेळाने बावळे पुन्हा वर्गात गेले. पाच मिनिटांनी पुन्हा बाहेर आले. पुन्हा त्यांनी ते उत्साहचूर्ण नाकात सोडले. पुन्हा त्यांनी चित्रविचित्र आवाज केले. मग ते रुमाल नाकावर धरून पुन्हा आत गेले. पाच-एक मिनिटांनी बावळेगुरुजी परत वर्गाबाहेर आलेले दिसले. त्यांनी खिशातली डबीही बाहेर काढलेली दिसली, तेव्हा मात्र हेडमास्तरांना राग अनावर झाला. त्या तावातच त्यांनी जोरात हाक मारली,

"अहो, मिस्टर बावळेऽऽ"

बावळे तपकिरीची चिमट चिढवीत गेंगाण्या सुरात म्हणाले,

“यस् सर –”

इतर वर्गांतले मास्तर, मुले यांचे आपल्या संवादाकडे लक्ष वेधले आहे, हे ध्यानात आल्यावर हेडमास्तरांनी नरमाईचा सूर काढला. नेहमीच्या सहज स्वरात बोलण्याचा प्रयत्न करीत ते म्हणाले,

“शाळा सुटल्यावर जाताना मला भेटून जा.”

“बराय.” पुन्हा नाक भोंग्यासारखे वाजले. बावळ्यांची स्वारी पुन्हा वर्गात गडप झाली.

हेडमास्तर तणतणतच आपल्या ऑफिसमध्ये परत आले. शाळा सुटल्यावर बावळे धीमेपणाने त्यांच्या खोलीत आले, तेव्हा इतका वेळ दाबून ठेवलेला त्यांचा राग एकदम बाहेर उफाळला. तीव्र स्वर काढून ते म्हणाले,

“मिस्टर बावळे, तुमच्या वयाकडे अन् अनुभवाकडे पाहून मी अगदी सौम्य शब्दांत तुम्हाला सूचना दिली होती. पण तुम्ही माझी थट्टा करताहात!” बावळ्यांनी तोंडाचा ‘आ’ केला.

“नाही साहेब. थट्टा तुमची? न् मी? अन् करीन? छे: छे: – साहेब –”

“मग ते काय चाललं होतं मघाशी वर्गाजवळ?”

“काय?” बावळ्यांना आश्चर्य वाटले.

मग हेडमास्तरांनी आरडाओरडा करून त्यांना सांगितले की, दर पाच मिनिटांनी वर्गाबाहेर येऊन तपकीर ओढण्याचा हा जो प्रकार बावळ्यांनी चालवला आहे, तो अगदी पोरकटपणाचा आहे आणि अपमानास्पदही आहे. वर्गात तपकीर ओढू नका याचा अर्थ वर्गाबाहेर ओढायला हरकत नाही असा लावणे, हा शुद्ध चावटपणाचा प्रकार आहे. वरिष्ठांच्या आज्ञेची टिंगल करणे यापलीकडे त्यात कसलाही हेतू नाही. असा प्रकार बिलकुल चालणार नाही. हा चावटपणा मला अजिबात खपणार नाही. तुम्ही वर्गात किंवा वर्गाबाहेर तासाच्या वेळेला तपकिरीची डबी बाहेर काढायची नाही, तपकीर नाकात कोंबायची नाही आणि नाकही शिंकरायचे नाही. हे सगळे नीट लक्षात ठेवा.

बावळ्यांनी हा सगळा भडिमार शांतपणे ऐकून घेतला. इतक्या शांतपणे की, ऐकत असताना त्यांनी एकदाही खिशातून डबी बाहेर काढली नाही. हेडमास्तरांची गर्जना संपल्यावर ते गयावया करून म्हणाले,

“पण सर, एवढं कन्सेशन तुम्ही दिलंत, तर बरं होईल. मला अगदी चैन पडत नाही. मला शिकवायलाच यायचं नाही.”

“सगळं काही होईल. तुम्ही निश्चय करा आणि प्रामाणिकपणानं पाळा... ठीक आहे.”

हेडमास्तरांनी टेबलावरच्या कागदपत्रांत पुन्हा डोके खुपसले. बावळे खिन्न

होऊन बाहेर पडले. हळूहळू चालत घराकडे गेले.

दुसऱ्या दिवशी हेडमास्तरांनी वेळापत्रक पाहिले. बावळ्यांचा तास कोठे चालला आहे, हे लक्षपूर्वक बघितले आणि मग ते नेहमीच्या फेरफटक्यासाठी शाळेच्या व्हरांड्यात हिंडू लागले.

सातवी 'क'च्या वर्गाजवळ आल्यावर हेडमास्तर थबकले. थोडा वेळ थांबून त्यांनी कानोसा घेतला तेव्हा त्यांना मधूनमधून 'सूं सूं सूं' असा नाकाचा आवाज ऐकू येऊ लागला. त्यांनी वाट पाहिली. पण बावळे वर्गाबाहेर काही आले नाहीत. 'सूं सूं सूं...' असा आवाज मात्र मधून-मधून कानावर पडू लागला. अरेच्या! हा काय प्रकार आहे? एवढे सांगितले असूनही बावळे पुन्हा तपकीर ओढताहेत की काय? पण ते ओढीत असतील तर नाक शिंकरण्याचा ध्वनी कसा ऐकू येत नाही?

जरा तिरपे होऊन हेडमास्तर खिडकीजवळच्या भिंतीला टेकून चोरासारखे उभे राहिले. हळूच आत डोकावून पाहू लागले.

बावळेगुरुजी मुलांना भूगोल शिकवीत होते. फळ्यावर महाराष्ट्राचा नकाशा टांगलेला होता. बावळ्यांच्या हातात एक भली मोठी काठी होती, फळ्याजवळ उभे राहून ते मुलांना सांगत होते,

"कोकण हा खडकाळ भाग आहे. येथे वरी, नाचणी आणि भात ही पिके होतात. कोकणचा शेतकरी फार कष्टाळू आहे.''

एवढी तीन वाक्ये बोलून झाल्यावर बावळ्यांनी आपला डावा हात उचलला आणि नाकाजवळ नेला. अंगठा आणि त्याच्याजवळचे बोट यामध्ये दोन्ही नाकपुड्या धरून नाक दाबले. पुन्हा सोडले. पुन्हा दाबले. सू सूं सूं... असा मजेदार आवाज निघाला. हेडमास्तर डोळे बारीक करून पाहू लागले.

"पण... पण देशावरची जमीन त्या मानाने सुपीक आहे... सूंसूंसूं... देशावरची मुख्य पिके म्हणजे – सूं सूं सूं... आणि... सूं सूं सूं.''

हेडमास्तर रागाने लाल झाले. त्यांनी आपले तोंड वाकडे केले. डोळे आणखी बारीक केले. जरा खिडकीजवळ आणखी सरकून ते आतला प्रकार लक्षपूर्वक पाहू लागले. बावळेगुरुजींनी उजव्या हातातील काठी नकाशावरून फिरवली. देश कोठे कोठे आहे, ते सगळ्यांना दाखवले. मग डाव्या हाताच्या दोन बोटांनी नाकपुडीची उघडझाप करीत ते म्हणाले,

"याचे मुख्य कारण म्हणजे देशावरची जमीन सपाट आणि... सूं सूं सूं... आहे. समजलं? पण त्या मानाने देशावरला शेतकरी तितकासा कष्टाळू आणि... सूं... सू...सूं... नाही. त्यामुळे वर्षाकाठी भरपूर, यावे तितके... सूं सूं सूं... येत नाही.''

तेवढ्यात तास संपला. घंटा झाली. बावळेगुरुजी वर्गातून खुशीत बाहेर पडले आणि शिक्षकांच्या खोलीकडे चालू लागले. हेडमास्तर त्यांच्या मागून मुकाट्याने

चालत गेले. शिक्षकांच्या खोलीपाशी बावळे वळले तसे त्यांना पाठीशी असलेले हेडमास्तर दिसले. त्याबरोबर प्रसन्न होऊन त्यांनी दात बाहेर काढले.

"काय? आमचा वर्ग पाहिलांत वाटतं तुम्ही?"

हेडमास्तरांनी नुसती मान हलवली.

"आज डबी अजिबात उघडली नाही हं. तुम्ही बघितलंच असेल. खिशात तशीच्या तश्शी होती. तुम्ही पाहिलंच असेल. हात नाही लावला. तुमच्या लक्षात आलंच असेल."

हेडमास्तर जोशी कोरडेपणाने म्हणाले, "होय, पाहिलं."

"आता जमतंय ना? जमेल-जमेल. तसं काही त्यात अवघड नाही." जोशी यांची उच्चारायची वाक्ये बावळ्यांनीच म्हणून टाकली. त्यामुळे जोशी थोडा वेळ गोंधळले. त्यांना थोडा वेळ काहीच सुचले नाही. मग ते सावरून किंचित कठोर सुरात म्हणाले,

"डबी तुम्ही बाहेर काढली नाही हे खरं आहे बावळे, पण मधेमधे तुमची ही सूं सूं सूं... अशी नाकाची उघडझाप काय चालली होती?"

"कशी म्हणालात?" बावळ्यांनी जिज्ञासेने विचारले. हेडमास्तरांनी ती करून दाखविण्याचा प्रयत्न केला तेव्हा ते हसून म्हणाले,

"अं हं हं... तसं नाही काही... हां, हे अस्सं...."

डाव्या हाताच्या बोटांनी नाकपुड्यांची उघडझाप करून बावळ्यांनी पुन्हा आवाज काढला.

"सूं... सूं... सूं..."

"अहो, पण कशासाठी?"

बावळे लाजून म्हणाले,

"ती आमची एक युक्ती आहे."

"युक्ती?" हेडमास्तरांचा आवाज चढला.

"युक्ती नाहीतर काय! तुम्ही म्हणालात की वर्गात डबी उघडू नका. वर्गाबाहेर तपकीर ओढू नका."

"बरं मग?"

"मग मी काय केलं, एकदम खूप तपकीर नाकात भरून घेतली. वर्गात जायच्या आधीच, बरं का. मग काही नाही. मधून-मधून नाकपुडी नुसती दाबायची. बस्स्! खलास. आपोआप तपकीर ओढल्यासारखं वाटतं. थोडी थोडी तपकीर जाते आत. असा झटका बसतो म्हणता मस्त! काही विचारू नका... हे असं... सूं... सूं... सूं..."

हेडमास्तरांनी इतका वेळ शांतपणे सगळे ऐकून घेतले. मग मात्र त्यांचा पारा

चढला. डोकं भडकलं. बावळ्यांच्या अंगावर खेकसून ते म्हणाले,

"अहो, काय चालवलात काय टारगटपणा तुम्ही? माझी काय चेष्टा आरंभलीय तुम्ही?"

बावळे दचकले. अंग चोरून मागे सरकत ते हळूच म्हणाले, "आता यात काय चुकलं? माझी आपली ही एक युक्ती आहे. माझंही काम झालं, तुमचंही झालं. मग आता तक्रार का? आं?"

"तुम्हाला पुन्हा बजावतो –" हेडमास्तर त्याच स्वरात बोलले, "कोणत्याही प्रकारानं तपकीर ओढू नका. डबीही उघडू नका अन् नाकातही स्टॉक ठेवू नका. समजलं?"

बावळे गयावया करून म्हणाले,

"अहो, पण का? मी काय असं घोडं मारलं आहे तुमचं?"

"शिस्त म्हणून, स्वच्छता म्हणून. वर्गात मास्तर जसे वागतात तशीच मुलं होतात."

"पण मला हे कसं जमणार साहेब?"

"जमेल. त्यात काय अवघड आहे? इथपर्यंत तरी जमलंच ना?... आता पुन्हा तास केव्हा आहे मधल्या सुट्टीनंतर?"

"शेवटचा."

"ठीक आहे. शेवटच्या तासाला मी स्वत: वर्गात येऊन बसणार आहे. तुम्ही शिकवा. काय होतं, पाहू."

"शिकवणं फार कठीण आहे साहेब."

"मग गोष्ट सांगा. काय वाटेल ते करा. पण तपकीर नाकात न ठेवता एक तास काढा. बघू काय होतंय ते."

हेडमास्तर चालू लागले. पुन्हा त्यांच्या मनात काय विचार आला, कोण जाणे. मागे वळून ते म्हणाले,

"अन् हे बघा मिस्टर बावळे, नाक शिंकरून, स्वच्छ करून या. काय?"

बावळ्यांनी निमूटपणे मान हलवली. हेडमास्तर निघून गेल्यावर ते निमूटपणे शिक्षकांच्या खोलीत आले. अगदी निमूटपणे बसून त्यांनी तपकिरीची डबी बाहेर काढली आणि मुकाट्याने ती उघडली. मग त्यांनी चांगला बार भरला आणि ते उदास होऊन मनाशी काही तरी विचार करीत राहिले.

शेवटच्या तासाला वर्गात येण्यापूर्वी बावळेगुरुजींनी स्वच्छ नाक शिंकरले, पुसले आणि मग हळूहळू चालत ते वर्गाकडे गेले. वर्ग अगदी शांत होता. सगळी मुले आपापल्या जागेवर शिस्तीत बसली होती. बावळ्यांनी वर्गात प्रवेश केल्याबरोबर त्यांच्या ध्यानात याचे कारण आले. हेडमास्तरांची स्वारी त्रासिक मुद्रेने पाठीमागच्या

बाकावर बसली होती. बावळेगुरुजी केव्हा येतात याचीच ते वाट पाहत होते.

बावळे वर्गात आले तशी सगळी मुले नेहमीप्रमाणे उठून उभी राहिली. पुन्हा खाली बसली. थोडा वेळ गलबला झाला आणि मग पुन्हा शांतता पसरली. टेबलाजवळ उभे राहून बावळे म्हणाले,

"हां, मुलांनो – आज मी एक छानशी गोष्ट सांगणार आहे हं तुम्हाला."

शेवटचा तास असल्यामुळे मुले कंटाळलेलीच होती. गुरुजी गोष्ट सांगताहेत म्हटल्यावर त्यांनी आरडाओरडा करून वर्ग डोक्यावर घेतला.

"हेऽऽऽ पट्ठे!"

"सर, भुताची गोष्ट सांगा, भुताची."

"नाही सर, भामट्याची सांगा."

"चोराची सांगा सर."

"ह्यॅ:! भूत –"

"भामटा –"

"चोर –"

हाताने आरडाओरडा शांत करीत बावळे म्हणाले,

"आज पट्ठे तुम्हाला मी राम-रावणाची गोष्ट सांगणार आहे."

काही मुले ओरडली, "आम्हाला माहीत आहे सर ती गोष्ट."

"तुम्हाला माहीत आहे हे ठाऊक आहे मला. पण मी राम-रावणाच्या लढाईची गोष्ट सांगणार आहे. ॲ हॅ हॅ!... अशी लढाई झाली की बास् बास्! पुन्हा काही तशी लढाई झाली नाही. अरे, आताच्या लढाया म्हणजे किरकोळ त्या मानानं –"

"ॲटम् बॉम्बचीसुद्धा सर?" एका शंकेखोर पोराने विचारले.

"हॉ:! ॲटम् बॉम्बचं काय घेऊन बसलात? त्याच्यापेक्षा भारी दगडं होती माकडांजवळ. एकेक धोंडा पर्वताएवढा!"

हे ऐकल्यावर मुलांनी जोरात टाळ्या वाजवल्या. बावळेगुरुजींनी हळूच काकदृष्टीने हेडमास्तरांकडे पाहिले.

"अन् हल्लीची लढाई म्हणजे कितीही झालं तरी माणसामाणसांतीलच. ही लढाई म्हणजे काय, माणसं अन् माकडं एका बाजूला अन् राक्षस दुसऱ्या बाजूला."

बावळेगुरुजींनी राम-रावण युद्धाचे असे बराच वेळ वर्णन केले. हळूहळू ते रंगात आले. शेवटी राम-लक्ष्मणाची आणि रावणाची कशी गाठ पडली, ते त्यांनी भराभरा सांगून टाकले. मग राम-रावणाची समोरासमोर गाठ पडली इथपर्यंत ते आले.

"दोघांच्याही हातात धनुष्य अन् बाण. मग काय महाराज, झाली लढाईला सुरुवात –" बावळे जोरजोरात म्हणाले, "रामाने एक असा बाण मारला –"

डावा हात उचलून बावळ्यांनी तो जोरात आपल्या नाकाखालून आडवा नेला. मुले शेंबूड पुसतात तसे. मग पुन्हा उजवा हात आडवा करून त्यांनी नाकाखालून, नाक घाशीत नेला.

"मग रावणानं एक जोरात बाण मारला, हा असा. मग रामाने पुन्हा असा बाण सोडला. त्याबरोबर रावणाने पुन्हा असा बाण सोडला."

पुन्हा बावळ्यांनी नाकाखालून एकदा डावा हात आडवा मारला. मग उजवा मारला. हातानीच ते दोन्ही बाजूच्या बाणांची दिशा अन् वेग दाखवू लागले. दोन्ही हातांच्या माऱ्याने त्यांचे मधले नाक एकसारखे हलू लागले.

"मग काय? दोन्हीकडून हे असे जोरात बाण आले – आणि एकमेकांवर आदळले." नाकाच्या शेंड्याखाली दोन्ही हात बावळ्यांनी एकदम आदळले.

"झालं, बाण एकमेकांवर आदळल्याबरोबर अशी ठिणगी वर उडालीय अन् वर गेलीय म्हणता! –"

बावळ्यांनी दोन्ही हातांनी नाक पकडले अन् एकदम वर ओढले. थोडा वेळ चांगले घुसळले.

"मग पुढं काय झालं?"

"पुढं काय? पुन्हा रामानं हा असा जोरात बाण सोडला. इकडून रावणानंही सोडला. फार जंमत! एकदा रामाचा असा बाण, एकदा रावणाचा असा बाण. इकडून बाण, तिकडून बाण. तिकडून बाण, इकडून बाण –" बावळे म्हणाले. दोन्ही हातांच्या बाणांनी त्यांनी एकसारखा नाकाच्या शेंड्याखाली मारा केला.

"मधीच बाणांची टक्कर व्हायची. टक्कर झाली की ठिणगी उडायची. ठिणगी उडाली की ती अशी वर जायची."

बावळ्यांनी पुन्हा जोरजोरात नाक चोळले. गोष्ट साभिनय पुढे सुरू केली.

"अशी धुमश्चक्री रे, काय सांगावं! इकडून बाण, तिकडून बाण... तिकडून बाण, इकडून बाण."

– आणि हेडमास्तर एकाएकी उभे राहिलेले पाहून गोष्ट सांगता-सांगता मधेच बावळे थांबले.

हेडमास्तर उठले. आपल्या जागेवरून चालत ते निमूटपणे दरवाजापर्यंत गेले. दरवाजाजवळ ते थांबले. बावळ्यांना म्हणाले,

"जाता-जाता भेटा मला. मग जा."

– आणि ते खांदे पाडून हळूहळू निघून गेले.

थोड्या वेळाने गोष्ट संपली अन् तासही संपला. शाळा सुटली.

हातात छत्री, पुस्तके घेऊन बावळे हेडमास्तरांच्या खोलीत गेले. त्यांच्यासमोर बसून त्यांनी तपकिरीचा बार भरला.

हेडमास्तरांचा चेहरा थकलेला होता. काम करून करून त्यांच्या पाठीला रग लागली होती. लिहून-लिहून हात दुखत होते. दमल्या-भागल्या तोंडाने ते कसल्यातरी कागदपत्रांत नेहमीप्रमाणे डोके खुपसून बसले होते.

थोड्या वेळाने त्यांनी आपली थकली-भागली मुद्रा वर केली. हताश झालेल्या माणसाप्रमाणे ते हळू आवाजात म्हणाले,

''हे काय चालवलं होतं, मिस्टर बावळे तुम्ही आजच्या तासाला?''

थोडा वेळ बावळे गप्प बसले. मग ते म्हणाले,

''मी लढाईचं वर्णन करीत होतो. अभिनय केला म्हणजे मुलांना गोष्ट छान समजते. माझा नेहमीचा अनुभव आहे.''

''तुम्ही तपकीर ओढून आला होतात?''

''मुळीच नाही.''

''मग हा गोंधळ नाकाखाली का चालवला होता?''

बावळे पुन्हा गप्प बसले. त्यांनी एक बार भरला. नाकाने सगळे चित्रविचित्र आवाज काढले. मग ते म्हणाले, ''काय करणार साहेब? नाक फार हुळहुळतं. सारखी तपकीर ओढावीशी वाटते. म्हणून केलं झालं तसं. नुसतं नाक चोळलं तरी बरं वाटतं बघा. इकडून बाण, तिकडून बाण, तिकडून बाण, इकडून –''

''पुरे-पुरे आता.'' हेडमास्तर अगदीच थकलेले दिसले. ''मिस्टर बावळे, तुम्ही खुशाल तपकीर ओढीत चला वर्गात. पण ही भानगड बंद करा. माझं डोकं अगदी पिकून गेलं.''

बावळ्यांनी टुण्दिशी उडी मारली. त्यांचा चेहरा बघता-बघता फुलला.

''खरं म्हणता साहेब?''

''अगदी खरं.''

''ओढत जाऊ ना मी तपकीर?''

''लागेल तेवढी ओढा.''

''थँक्यू सर.''

बावळे उठून उभे राहिले. उभे राहून त्यांनी अभिवादन केले.

''तुम्ही अगदी आज थकलेले दिसता साहेब!''

''माझं डोकं दुखतंय. सर्दी झाल्यासारखी वाटते.''

बावळ्यांनी पट्दिशी खिशातली डबी काढून उघडली. ती साहेबांच्या समोर धरून ते म्हणाले,

''हां, एकच झटका घ्या साहेब. सगळी डोकेदुखी खलास! अप्रतिम गुण येतो. धरा.''

साहेब चकित होऊन बावळ्यांकडे पाहतच राहिले.

"अनमान करू नका साहेब तुम्ही, घ्या – ओढा. एकच चिमूट. एकदम स्वर्गप्राप्तीचा आनंद. पार्वतीचं डोकं दुखत होतं तेव्हा शंकरानं तपकीरच तिच्या नाकात कोंबली होती. ताबडतोब गुण आला. प्रत्यक्ष पुराणातच लिहिलं आहे. घ्या, ओढा.''

साहेबांनी मुकाट्याने एक चिमूट घेतली. बावळ्यांनीही मोठी चिमूट घेतली. दोघांनी एकदमच ती नाकात कोंबली. दोघांच्याही नाकातून एकदमच चित्रविचित्र आवाज निघाले आणि त्या आवाजाने सगळी शाळा भरून गेली.

◻

दरोडा

दिवस बहुधा अमावस्येचा किंवा त्याच्या जवळपासचा असावा. सगळीकडे काळाकुट्ट अंधार पसरला होता. मध्यरात्र होत आली होती. गावात आता निजानीज झाली होती. कुठल्या तरी भजनी मंडळाचा तारस्वरातला ओरडा मधेच ऐकू येई. शांततेचा मधेच थोडासा भंग होई. पुन्हा सगळीकडे गपगार व्हायचे. नाही म्हणायला रातकिड्यांचा किर्रर्र आवाज तेवढा एकसारखा येत होता. गावाबाहेरच्या पडक्या देवळात तर हा आवाज जास्तच मोठा वाटत होता.

पडक्या देवळाच्या एका धडक्या ओवरीत एक काळपट कंदील भगभगत होता. त्याचा उजेड कंदिलाच्या जवळपासच काय तो पडला होता. भोवताली कोंडाळे करून बसलेल्या पाच-सहा जणांची तोंडे कशीबशी एकमेकांना दिसत होती. हळू आवाजात बोलणे चालले होते. कुणाचे तरी ओठ मधेच हलायचे. बाकीच्यांचे चेहरे कावरे-बावरे व्हायचे. कुणाचे डोळे फाकायचे. कुणी तोंड विस्फारून ते ऐकत राहायचा. काही तरी महत्त्वाचे बोलणे होते खास!

बोलणारा महादू ढमाले सगळ्यांच्या मध्यभागी बसला होता. त्याच्या बोलण्यावरून, वागण्यातून त्यांच्यातला तोच महत्त्वाचा माणूस होता, हे उघड होते. आणि महादू होताच तसा. भुरट्या चोऱ्या करून तो तुरुंगाची हवा दोनदा खाऊन आला होता. या क्षेत्रात त्याच्यापेक्षा महत्त्वाची कामे करणारी अनेक थोर मंडळी त्याला या तुरुंगात भेटली होती. कुणी कुणी तर त्याचे दोस्तच झाले होते. पोलीस खात्यातल्या अनेक हवालदार-जमादारांशी त्याची नुसती हसून ओळख होती. एका साहेबाच्या हातचा तर मार त्याने खाल्ला होता. त्यामुळे त्या साहेबाशीही बऱ्यापैकी जानपछान होती. भुरट्या चोऱ्या, उचलेगिरी यातले त्याचे ज्ञान अव्वल दर्जाचे होते.

बाकीची मंडळी आपली उगीच होती. बाबू टोणगे आता कुठे लहान-सहान

ठिकाणी हात मारायला शिकला होता. तसा तो अजून उमेदवार होता. हडकुळा, गालाची हाडे वर आलेला तम्मा गावात बेकार हिंडत होता. त्याला कसलाच उद्योगधंदा नव्हता. त्याला काही येतही नव्हते आणि त्याच्याकडे बघून कुणीही काहीही उद्योगधंदा त्याला देऊ केला नसता. भिकू रोंगे एका किराणा दुकानात सामानाच्या पुड्या बांधायला होता. दुकानातले पैसे चोरून सिनेमा पाहणे, हा त्याचा आवडता छंद. स्टंट सिनेमा बघून-बघून त्याचे डोके फिरून गेले होते. आपणही असेच एखादे धाडस केले पाहिजे आणि हजारो रुपये एकदम मिळवले पाहिजेत, असे त्याला फार फार वाटायचे. सगळे त्याला 'स्टंट रोंगे' म्हणत.

बाकी आणखी दोघे-तिघे होते. सगळेच बिनकामाचे. गावात बेकार म्हणून हिंडणारे. कुठल्याही मार्गाने, पण माणसाने हजारो रुपये झटक्यात मिळवले पाहिजेत, या एकाच उदात्त भावनेने भारलेले.

महादू ढमाले तीच गोष्ट त्यांना बजावून सांगत होता....

''लेकानू, ह्या किरकूळ फंदात पडायचंच न्हाई मानसानं. करावं तर एकदम हाय कलास काम करावं, न्हाई तर गपचिप देवावानी बसावं. म्या शंभर रुपड्याचा माल चोरला अन् म्हैना म्हैना जेलात काढले. हाड् तुमच्या मायला....''

बाबू टोणगे घाबरट मुद्रेने बोलला,

''मग काय करावं म्हनतोस म्हादू?''

''एकदम धा-धा हज्जार मिळालं पायजेत.''

''पन कसं?''

''काईतरी मोठ्ठी गोस्ट करायची –''

तम्मा एकदम डोळे विस्फारून हसलाच. नकळत पुढे सरकला.

''हां, हे खरं है म्हादा. एकदम मोठा लाट घावला पाहिजे.''

''पन कसा?'' बाबूने पुन्हा शंका काढली.

म्हादा गंभीर मुद्रा करून बोलला,

''त्याला तशीच धाडशी गोस्ट कराय पायजे. है का तयारी? का समदं आपलं यल्लम्माईचं पैलवान?''

सद्र्याच्या वरच्या खिशातनं बाहेर आलेला एक टपोरा ढेकूण तसाच सद्र्यावर दाबत स्टंट भिकू रोंगे चेहरा भीषण करून म्हणाला,

''साला, मारामारी झाली तरी चालेल. दरूडा घालायचा म्हनलं तरी आपली तैय्यारी है. पन रोकडा मिळाला पायजे.''

तम्मा एकदम घाबरला.

''खुनाबिनाचं काढू नगा हां. फुकाट फासावर जायचं काम. तसं आसलं तर आपुन आधीच औट. पयलेच सांगून ठिवतो.''

म्हादा समजुतीच्या सुरात बोलला,

"खुनाचं कलम कोन काढाय लागलंय? तुला काय येड लागलंय का तम्मा?"

बाबूनेही मान हलवली.

"खून बाबा लै वाईट. मला तर नुस्तं रगात बगूनच घेरी येती."

म्हादू नकारार्थी माल हलवून म्हणाला,

"त्या वाटंला जायचं न्हाई आपुन. पन दुसरी धाडशी गोस्ट कराय पाहिजे."

"दुसरी कोंची?"

"दरूडा."

दरोडा म्हणल्यावर सगळीच मंडळी दचकली.

"दरोडा?"

"हां –"

स्टंट रोंगे पुढे सरकून हलक्या सुरात म्हणाला,

"हितं बाभुळवाडीजवळ वकील वस्ती है ना? दाबून पैका है म्हनत्यात घरात. झालंच तर आपलं सोननाणं, दागदागिनं –"

"तुला कुनी सांगितलं?"

"तिथला राखुळीचा गडी सांगत हुता –"

"तिथं लायसनच्या दोन बंदुका हैत, हे न्हाई का सांगितलं त्यानं?" म्हादा उपरोधानं बोलला.

बंदूक म्हटल्यावर तम्माची दातखीळच बसली. हात एकदम लटपटले. चेहरा पांढराफटक पडला.

"त – तसली भानगड नगो हां आपल्याला. एक गोळी राव बसली, तर पालखीच निघंल की."

महादूने रोंग्याकडे बघून पुन्हा एकदा मान हलवली.

"त्या वस्तीवर तीन-चार शिकारी कुत्रे हेत. है ठावं? वरडत न्हाईत, भुंकत नाहीत, काही नाही...."

"आन मंग?"

"हळूच मागनं येत्यात आन् पोटरीचा लचकाच तोडत्यात!"

"आगं बाबौ –" तम्मा किंचाळला.

स्टंट रोंगेही घाबरला. कारण चावकी कुत्री हा त्याचाही वीक पॉइंट होता. मागे असेच एक कुत्रे त्याला विनाकारण चावले होते आणि सोळा का अठरा इंजेक्शने घ्यावी लागली होती. तेव्हापासून कुत्रा या प्राण्याबद्दल त्याला जरा धास्तीच होती.

"मग दुसरं ठिकाण काढाया पाहिजे –"

महादूने नकारार्थी मान हलवली.

"ह्यो असला दरूडा न्हाई घालायचा. आजकाल मानसं घरात डागडागिनं ठिवतच न्हाईत. है म्हैत?"

कुणाला या गोष्टीची फारशी माहिती नव्हती. महादूने मग वडीलकीच्या अनुभवाने त्यांना हे सगळे नीट समजावून सांगितले. आजकाल गावावर दरोडा घालण्याची गोष्ट तर सोडाच, पण वाडीवस्तीवरसुद्धा धाड घालायची सोय राहिलेली नाही. बागाईतदार माणसे गबरगंड आहेत ही गोष्ट खरी, पण ही दीडशहाणी माणसे आपले पैसे आजकाल घरात ठेवत नाहीत. दागदागिनेही ठेवत नाहीत. शहरात जाऊन बँक नावाचा एक प्रकार आहे, तेथे ठेवतात. घरातसुद्धा जाड लोखंडाच्या तिजोऱ्या असतात. त्या उघडणे अवघड असते. त्यातूनही लवकर पळून जाण्यासाठी एखादी गाडी पाहिजे. ती आपल्याजवळ नाही. म्हणून असला दरोडा घालण्याचा विचार सोडून देणे, हे बरे.

महादूचा खुलासा जवळजवळ सगळ्यांनाच पटला. नाही म्हणायला स्टंट रोंग्याच्या मनात आणखी एक धाडसी विचार एकदम चमकून गेला. आपण पहिल्यांदा एक गाडीच पळवायची आणि मग हा धाडसी दरोडा घालायचा. पण इतर सर्व मंडळींनी चटाचटा माना हलवल्या, हे बघून तो गप्प बसला. खरे म्हणजे अशा गाड्या पळवणे हे फार सोपे असते, असे त्याने सिनेमात पाहून ठेवले होते. गाडी रस्त्यावर उभीच असते. ड्रायव्हर किंवा मालक कुठे तरी चहा प्यायला म्हणून खाली उतरलेला असतो. एकदम गाडीत बसायचे आणि गाडी सुरू करायची – किती सोपी गोष्ट! पण त्यासाठी कुणाला तरी ड्रायव्हिंग यावे लागते, ही गोष्ट त्याच्या ध्यानात आली आणि मग तो गपचिप बसला. आपण केव्हा तरी लवकर ड्रायव्हिंग शिकून घेतले पाहिजे, एवढे त्याने मनाशी ठरवून टाकले.

"मंग काय करायचं म्हनतोस म्हादा?" कुणीतरी कुतूहलाने हलक्या आवाजात प्रश्न केला. मग म्हादाची कळी खुलली. आता परिस्थिती पूर्णपणे आपल्या काबूत आली आहे, हे पाहून तो सावरून बसला. मग एखादी फार महत्त्वपूर्ण गोष्ट सांगणार असल्याप्रमाणे त्याने आपली मुद्रा गंभीर केली. सगळ्यांना त्याने आणखी जवळ येण्याची खूण केली. प्रत्येक जण आपले बूड सरकून थोडा हलला. सगळ्यांचीच तोंडे आता अगदी जवळजवळ आली.

मग कुजबुजीच्या आवाजात म्हादा म्हणाला,

"समदा इचार मी करून ठिवलाय. आपून यष्टीवर दरूडा घालायचा –"

आता रोंग्यालाही जोर आला.

"तेच म्हनतो मी. आधी आपुन एक संबंध यष्टी पळवायची –"

"आन यष्टी कुणी चालवायची? तुझ्या बापानं –"

"मग एक ड्रायव्हरबी पळवायचा. म्हंजे – ड्रायव्हरसकट यष्टी पळवायची."

यावर म्हादाने अशा काही नजरेने रोंग्याकडे पाहिले की तो एकदम वरमला. आता आपण काही न बोललेले बरे, हे त्याच्या लक्षात आले. बाबूसुद्धा म्हणाला,

"रोंग्या, तू आता दातखीळ बशीव, म्हादाला बोलू दे नीट –"

पुन्हा शांतता झाली. सगळे पुन्हा म्हादाकडे बघू लागले.

"आजकाल पेपरमधी येत नाही का? यष्टीवर दरूडा, वाटंत यष्टी लुटली. हां, तेच आपुन करायचं."

वर्तमानपत्र वाचणारे तिथं कोण होते? सगळा आनंदी आनंदच होता. रोंगे तेवढा पुड्या बांधताना रद्दी चाळायचा. पण तो मुख्यत: सिनेमाच्या जाहिराती बघायचा. कुणी मटक्याचा आकडा बघायचे. बाकीच्यांना तर वाचण्याची कला फारशी अवगत नव्हतीच. तरीसुद्धा आजकाल रात्रीच्या एसटी गाड्या अनेक ठिकाणी लुटल्या गेल्या, हे त्यांच्या कानावर होते. एसटीतील उतारूंकडून पैसे, दागिने, सामानसुमान वगैरे पळवून दरोडेखोर पसार झाले, हा वृत्तांत अनेकांना ठाऊक होता. त्यानंतर ते दरोडेखोर सापडले किंवा त्यांना शिक्षा झाल्याबद्दल कुणालाच कसलीच माहिती नव्हती. तेव्हा ही कल्पना काही वाईट नव्हती. दहा-वीस हजारांचा तरी लग्गा साधायला हरकत नव्हती. पण ही गोष्ट करायची कशी? केव्हा?

बाबू काळजीच्या सुरात म्हणाला,

"मस्त आयडिया काढलीस म्हादा तू. आपुन एकदम तैयार. पन हे जमंल कसं?"

"का, काय झालं न जमायला?"

"आपुन पाच-सात माणसं. यष्टी गच्च भरलेली. ते देतील काढून पैसे?"

"मानसं घाबरलेली असत्यात. एका-दोघांना फकस्त ठोकायचं. तिवढं बगितलं की चट् समदी काढून देत्यात. हयगय न्हाई."

"पन हे काम करायचं कुठं? आन कसं?"

"हां, आता पायंटावर आलात. मी समदं ठरीवल्यालं है. तुमी नुसतं ऐका आधी." म्हादानं मग आपली सगळी योजना सविस्तर समजावून सांगितली. अशा गाड्या या रात्री लुटायच्या असतात; दिवसा नव्हे. कारण रात्रीच्या वेळी वाहतूक नसते. शिवाय आपल्यालाही पळून जायला ती वेळ सोईची पडते. हल्ली रात्रीच्या यस्ट्या जातातच. त्यातली शेवटची गाडी धरायची. रस्त्यात धोंडे टाकून ती अडवायची. गाडी थांबली की आत घुसून मारहाण सुरू करायची. आधी ड्रायव्हरला बाहेर काढून ठोकायचा. म्हणजे पॅसेंजर माणसे घाबरतात. आपण खूप माणसे बाहेर उभे आहोत असा भास उत्पन्न करायचा, म्हणजे घबराट ताबडतोब निर्माण होते. मग

दरडावून 'जे काय आसंल, ते काढा भाईर' म्हणून सांगायचं. भराभरा घ्यायचं आणि अंधारात पसार व्हायचं. सोपं काम आहे. त्यात आपल्या जिवाला धोका कसलाच नाही. मिळाले तर प्रत्येकाला चार-दोन हजार मिळून जातील. गाडी अडवायची जागा फक्त पक्की करायची म्हणजे झालं.

म्हादाची ही योजना ऐकल्यावर सगळीकडे एकदम शांतता पसरली. थोडा वेळ कुणीच काही बोललं नाही.

मग इकडे-तिकडे बघत चोरट्या स्वरात भीत-भीत तम्मा म्हणाला,

"पन म्हादा–"

"काय?"

"दुसऱ्या दिवशी समदीकडे बोंबाबोंब हुनार. पेपरात येणार."

"यीना का."

"आन् पोलीस लागलं हिंडायला म्हंजे?"

"त्याचाही म्या बंदोबस्त केलाय."

म्हादाचे हे उत्तर ऐकून सगळेच त्याच्याकडे तोंडाचा 'आ' करून बघत राहिले. डोळे विस्फारून बघत राहिले.

"ते कसं काय?"

मग म्हादाने खुलासा केला. एसटीत लुटालूट झाल्यावर दुसऱ्या दिवशी बोंबाबोंब होणारच. पेपरमध्ये पण बातमी छापून येईल. पोलिस चौकशी सुरू होणारच. पण चौकशी करणाऱ्या पोलिसांना, साहेबाला योग्य तेवढे पैसे पोचते केले की, मग त्यांची काही तक्रार नसते. ते काम मात्र चोख आणि वेळेवर झाले पाहिजे. नाही झाले तर ते चौकशी करणार आणि एखाद्या वेळी आपल्याला पकडतीलही. म्हणून आधीच सगळं काम उरकायचे. अगदी वाटाघाटीच करायच्या. आधी त्यांचा वाटा देऊन टाकायचा, म्हणजे मग काही काळजी नाही. दहा-पाच हजारांचा माल आपणाला मिळायचा म्हटल्यावर दोन-अडीच हजार तरी त्यांना द्यावे लागतील. पण ते द्यायचे. याला काही इलाज नाही. पोलिस खात्याचा तो नियमच आहे. त्यामुळे त्यांचाही याबाबतीत निरुपाय आहे. एक रुपया आपल्याला मिळाला, तर किमान पावली त्यांना दिलीच पाहिजे. तसा रिवाजच आहे. ती सगळी जबाबदारी माझ्याकडे लागली. तुम्ही फक्त तुमचे सांगितलेले काम इमानाने करा, म्हणजे झाले.

म्हादाचा हा सविस्तर खुलासा ऐकता-ऐकता सगळ्यांची 'आ' वासलेली तोंडे हळूहळू मिटली. त्यांचे विस्फारलेले डोळे हळूहळू नेहमीसारखे झाले. मग एकेकाच्या मुद्रेवर हसू पसरले, तर पुढच्या धाडसी प्रसंगाचे चित्र कुणाकुणाच्या डोळ्यांसमोर लखख उभे राहिले. काहींच्या मुद्रा बेरकीही झाल्या.

इतका वेळ बाजूला बसलेले एक-दोघे रानगट्टे घोगऱ्या आवाजात बोलले,

''मारहानीचं काम आमच्याकडे लागलं. एकेका टिपिऱ्यात गडी निजवतो. पैसे गोळा करायचं तुमी बगा. वाटाघाटी मातुर बराबर झाली पाहिजे. न्हाईतर आपल्याशी गाठ है.''

म्हादा उत्साही सुरात म्हणाला, ''वा बबनराव! अशी हिंमत पायजे. म्हनत्यात ना –'हिंमत खुदा तो मदत मर्दा' तसं हुनार. अगदी कायम!''

तम्मा म्हणाला, ''मी लांब टेकाडावर बसून यष्टी आल्याचं सांगतो –''

''सांगणार कसं? त्याला शिट्टी वाजवायला पाहिजे –'' रोंगे तोंडाच्या बोळक्यात दोन्ही हाताची बोटे खुपशीत बोलला, ''हे बग, अशी –''

एकदम कर्कश शिट्टी वाजली. म्हादाने रोंग्याला एक जोरदार थप्पड ठेवून दिली.

''काय डोस्कं-बिस्कं तुला? हितं आपुन शिक्रेटपनानं बसल्यालो अन् तू धडाधड शिट्या मारतूस?''

''आयला चुकलंच माजं –'' रोंगे पुन्हा ओशाळला.

मग बाकीची चर्चा झाली. कोणत्या रस्त्याला, कोणती वेळ गाठायची, एसटी कशी अडवायची, कुणी कुणी काय काय कामं करायची, हे सगळे पक्के झाले. म्हादाने सगळा तपशील बारकाईने समजावून दिला. मारामारी कुणी करायची आणि कुणी पैसा गोळा करायचा, हेही ठरले. शपथा झाल्या.

हळूहळू सभा बरखास्त झाली. एकेक जण म्हादाला विचारून निघून गेला. सगळीकडे शांत झाले.

पुढचे दोन दिवस सगळ्यांचेच फार गडबडीत गेले.

म्हादाने ठरवून दिलेली कामे ज्याने-त्याने पुरी केली. कोणत्या रस्त्यावर कोणत्या ठिकाणी सगळ्यांनी जमायचे, धोंडे आडवे टाकून गाडी कशी अडवायची, हे सगळे पाहून झाले. पळून जाताना कोणत्या दिशेने पळायचे, शेवटी कोठे एकत्र जमायचे, हेही प्रत्यक्ष हिंडून सर्वांना दाखविण्यात आले. काही जणांनी कुऱ्हाडी, टिकारणी, फरशा, इ. आयुधे गोळा केली आणि जवळपासच्या नाल्यात आणून लपवली. तम्मा परभाऱ्याच एसटी स्टँडवरून दहा-पाच वेळा चकरा मारून गाड्यांची चौकशी करून आला. बाबूने ऐन वेळी मारामारी करण्याचा प्रसंग आल्यास तयारी असावी म्हणून थोडी प्रॅक्टिस करून पाहिली आणि थोबाड सुजवून घेतले. पैसे गोळा करायचे काम खुद्द म्हादाने स्वत:कडे घेतले होते. त्या वेळी आपण त्याच्याबरोबर राहायचे आणि काय काय गोळा होते ते पाहायचे, असे रोंग्याने ठरवून ठेवले. हे ठरविण्याचे कारण एवढेच होते की, अशा वेळी अनेकदा मुख्य माणूस हरामखोरी करतो, हे त्याने स्टंट सिनेमातून पाहून ठेवले होते.

ठरलेला दिवस उजाडला आणि मावळला.

रात्र झाली. दहा वाजून गेले. मध्यरात्र होत आली. गावाबाहेर लांब एका रस्त्यावर सगळी मंडळी आपापल्या ड्युटीवर हजर झाली. रस्त्याच्या वळणावर दगडांचा ढीग करण्यात आला. बाजूच्या डगरीत सर्व जण जमिनीवर पडून वाट पाहत राहिले.

बहुधा अमावस्येचा दिवस असावा. आभाळ काळेकुट्ट झाले होते. चांदण्या लुकलुकत होत्या. दाट काळोख सगळीकडे पसरला होता. सगळीकडे पूर्ण शांतता होती. रातकिड्यांचा आवाज तेवढा सतत सुरू होता. मधेच एखादा सायकलवाला भिर्रर्र करून जाई. एखादी बैलगाडी धडधडत जाताना ऐकू येई. बाकी सगळीकडे अगदी सामसूम होती. मंडळी शेवटच्या एस.टी. ची वाट पाहत होती.

असे तास-दोन तास गेले. पण एसटी काही आली नाही. पडून-पडून तम्माला कंटाळा आला. शेवटी पडून राहिलेल्या बाबूला तो म्हणाला,

"बिडी वढू का बाबू? लई तलफ आलीय गड्या."

बाबूचा चेहरा अंधारात दिसला नाही. पण त्याचा घोगरा आवाज तेवढा ऐकू आला.

"लै मोठ्यांदा बोलू नगोस. आक्कल-बिक्कल है का न्हाई?"

"न्हाई, बिडी वढू का म्हनलं –" तम्मा पुटपुटला.

"हितं बिडी वढायला आलास काय?"

"न्हाई."

"मंग!... लेका, तू बिडी पेटविलीस आन् लांबनं लाल टोक दिसलं ड्रायव्हरला, म्हंजे मंग? गडी सावध हुईल ना."

"त्ये बी खरंच."

"हाणीन बग एक टिंबा थोबाडावर, पुन्यांदा बोललास तर."

तम्मा गप्प झाला. बाबूही घटकाभर डोळे मिटून पडावं म्हणून पडला आणि त्याला झोपच लागली. नेहमीच्या सवयीप्रमाणे तो जोरजोरात घोरू लागला. त्याच्या घोरण्याचा आवाज त्या शांत वातावरणात सगळीकडे ऐकू येऊ लागला. म्हादाने वेळेवर त्याला थप्पड देऊन जागा केला म्हणून बरे झाले. पण या गडबडीत म्हादाचा पाय अंधारात चुकून रोंग्याच्या मांडीवर गच्कन पडला. इतक्या जोराने की, रोंगे कळवळून आरेडला,

"अगा अयायाई... मेलो... मेलो मी –"

रोंग्यालाही मग गप्प करण्यात आले.

बराच वेळ गेला. मध्यरात्र उलटून गेली. अंधार जास्त जास्तच गडद होत गेला. पण शेवटची एसटी काही आलीच नाही. वाट बघून-बघून सगळे कंटाळून गेले. पहाटेचे गार वारे सुटले. पाखरांची कुलकुल सुरू झाली. सकाळ झाल्यावर उगीच बोभाटा होईल म्हणून रचलेला धोंड्यांचा ढीग पुन्हा काढून टाकण्यात आला. रस्ता

पुन्हा साफ झाला. जागरणानं जड झालेली अंगे झटकीत माणसे निरुपायाने हलली. एकेक जण चालला. नेमके काय झाले असावे याचा मनाशी विचार करीत, निराश होऊन एकेक जण फुटला. घरोघर गेला.

रात्री पुन्हा पडक्या ओवरीत सगळे जमले, तेव्हा या गोष्टीचा उलगडा झाला. म्हादा दिवसभरात सगळी बित्तंबातमी काढूनच आला होता. तो म्हणाला,

"पहिल्याच डावाला नाट लागला रे आपल्याला. मर्दानू, आरं, यष्टी सुटलीच न्हाई कालच्याला."

बाबू म्हणाला,

"म्हंजे, दरूड्याची बातमी फुटली न्हाई."

"न्हाई."

"मंग काय झालं?"

"काईतरी बिगडलं गाडीचं. सुटलीच न्हाई. आपुन उगीचच वाट बगून-बगून मेलो."

सगळ्यांच्या जीवात जीव आला. प्रत्येकाला हीच शंका आली होती – बहुधा दरोड्याची बातमी फुटली असावी. एस.टी.ला कळली असावी. म्हणूनच एस.टी.वाल्यांनी गाडी सोडली नसावी. पण तसे काही झाले नव्हते. एस.टी. चे काहीतरी स्वत:चे बिनसले होते म्हणूनच ती सुटली नव्हती, एवढेच. मग हरकत नाही. आपण मात्र रात्रभर ताठलो. फुकट वेळ गेला. आता पुढे काय?

"मग म्हादा, म्होरं?"

"म्होरं काय? उद्याच्याला पुन्ना तयारी धरायची. केल्याली म्हेनत वाया घालवायची काय? लेकानू, कदाचित उद्या नशीब वरून फळफळंल. हैसा कुठं तुम्ही?"

तोंडाला सुटलेले पाणी पुशीत तम्मा म्हणाला, "मंग बरंच झालं म्हणायचं. उद्या पुन्ना आपुन बसू."

"उद्या मात्र गाडी सोडायची न्हाई. आडवायचीच. की लगीच हर हर महादेव!"

"उद्या चांगला लाट लागला तर बेश काम झालं म्हणायचं."

अशी बोलणी झाली आणि पुन्हा एकदा कामाची वाटणी झाली. कुणीही बिडी ओढायची नाही आणि दिवसा झोप काढायची, ऐनवेळी घोरायचे नाही, असेही ठरले. सगळी बोलणी पुन:पुन्हा झाली. रात्रीचा वायदा पक्का झाला.

त्या दिवशी रात्री मात्र त्यांची निराशा झाली नाही.

रात्री दहा-साडेदहाचा सुमार असावा. परवाप्रमाणेच त्या दिवशीही रात्री दाट काळोख पसरला होता. चांदण्या लुकलुकत होत्या. गार वारे सुटले होते. रस्त्यावरची झाडे विचित्रपणे सळसळत होती. एकेक क्षण युगासारखा वाटत होता. सगळी

मंडळी रस्त्यावर धोंड्यांचा ढीग रचून आसपास तयारीत होती. कुणी झोपलेले नव्हते. जो तो हुश्शारपणे गाडीची वाट बघत होता.

– आणि शेवटची गाडी आली.

लांबूनच एस.टी.चे दोन डोळे दिसू लागले. तेव्हा मंडळी सावध झाली. मग गाडीचा आवाज ऐकू येऊ लागला. गाडीच्या उजेडात रस्ता जागोजाग प्रकाशमान होऊ लागला. वळणे घेत, आवाज करीत एस.टी.चे धूड समोरून येताना दिसू लागले. बघता-बघता गाडी अगदी ठरलेल्या वळणाच्या जवळ आली. समोरचा धोंड्यांचा ढीग एकदम उजेडात आला आणि ड्रायव्हरने एकदम ब्रेक मारला.

गाडी थांबली. मोठा आवाज झाला आणि खरोखरीच थांबली. नुसतीच धडधड करीत राहिली. मग एकदम दोन्ही-तिन्ही बाजूंनी तोंडाला काळे फडकी गुंडाळलेली काही माणसे गाडीभोवती गोळा झाली.

तम्मा गाडीसमोर उभा राहून ओरडला,

"ए, गाडी बंद कर पयले. दिसत नाही का काय चाललंय? आं?"

गाडीच्या ड्रायव्हरला दिसले काहीच नाही. पण त्याने इंजिन बंद केले. गाडीची धडधड एकदम थांबली. तेवढ्यात दोघा रानगटांनी ड्रायव्हरला खाली ओढले आणि विनाकारण चार-दोन टिंबे ठेवून दिले.

ड्रायव्हर कळवळून ओरडला,

"अरे! मेलोऽ मेलोऽऽ मी... अहो, का मारताय मला?"

हे सगळे होईपर्यंत गाडीचे दार उघडून म्हादा आत घुसला. त्याच्या पाठोपाठ रोंगे आणि बाबूही वर चढले. त्यांनी कंडक्टरची पिशवी हिसकावून घेतली आणि त्याला गाडीखाली ढकलले. धडपडतच तो खाली गेला.

मग तोही कळवळून ओरडला,

"अरे देवा, मेलोऽ मेलोऽऽ"

गाडीत अंधारच होता. म्हादाने बॅटरीचे बटण दाबीत एकदम दरडावून सांगितले,

"काय असंल ते काडा. पैलं डागिने... न्हाईतर मरस्तंवर मार खाल –"

आणि त्याने बोलता-बोलता बॅटरी लावली. तिच्या उजेडात म्हादाने पाहिले. त्याची मुद्रा एकदम काळवंडलीच.

गाडी निम्म्याच्यावर रिकामीच होती!

सगळे मिळून पंधरा-वीस उतारू असतील. त्यातले पाच-सात तर आडवे पसरलेले होते. एवढे सगळे होऊनही त्यांना जाग आलेली नव्हती. चार-दोन बायकामाणसे होती. चार-दोन पोरे-ठोरे होती. बाकीचे आपले कुणीकुणी होते.

एकदम सगळीकडे कालवा माजला.

तेवढ्यात बाबूने एका झोपलेल्या माणसाला ढोसलले.

"ए, उठ रे, काढ पैशे –"

त्याबरोबर शेजारची बाई कावून ओरडली,

"ए, उठवू नको रे त्यास्नी मुडद्या."

"का?" बाबू गुरगुरला.

"येडं है. आत्ताच कुठं शांत झालंय. उठलं तर पुन्ना थयथय नाचाय लागंल!"

हे ऐकल्यावर बाबूने त्याचा नाद सोडून दिला. बाकीच्यांना गदागदा हलवले. बळजबरीने जागे केले. दमदाटी केली.

सगळीकडे नुसता गोंधळच उडाला.

गाडीत चार शिकलेली माणसे होती. त्यांनी ताबडतोब पैसे काढून दिले. मनगटावरची घड्याळे दिली. अंगठ्या दिल्या, मग इतरांनीही कुणी कुणी काही काही दिले. एक-दोघांनी प्रतिकाराचा खटाटोप करून पाहिला. पण म्हादाने काठीने रट्टे ठेवून दिल्यावर त्यांनीही मुकाट्याने आपापल्या खिशात जे होते ते काढून दिले. मग ट्रंका, बोचकी, बॅगा उचकटल्या. त्यात काही काही निघाले.

एका म्हातारीने एकदम गळा काढला. तेव्हा म्हादा खवळून ओरडला,

"गप ए म्हातारे, गप. न्हाईतर गळाच दाबीन बग."

त्याबरोबर ती म्हातारी एकदम गप् झाली. घाबरून, वस्, वस् करणाऱ्या दुसऱ्या म्हातारीला आपणहून म्हणाली,

"गप् ए येस्वदे, गप –"

अर्धा तास असा नुसता गोंधळ माजला. कुणाचे चेहरे पांढरेफटक पडले. कुणाची दातखिळी बसली. कुणी नुसते थरथर कापत उभे राहिले. कुणी उगीचच इकडे-तिकडे धडपडले आणि गाडीच्या कुठल्यातरी भागावर आपटले. पण न ओरडता गप पडून राहिले. एक-दोघांना मात्र लाठीकाठीचे टोले बसले.

सगळीकडे अगदी गडीगुप्प झाले.

मिळालेला सगळा माल गोळा करून म्हादा केव्हाच खाली उतरला होता. मालाची मोजदाद करीत होता. फार काही मिळाले नव्हते. रोकड पाचसातशे रुपये. चार-सहा दागिने. इतर काही वस्तू – खलास! सगळा मिळून दोन-अडीच हजारांचा ऐवज.

त्याचा चेहरा एकदम उतरला.

बाबू आणि रोंगे घाईघाईने खाली उतरले. म्हादाला म्हणाले,

"आता सुटायचं का? लै टेम झाला."

"बोंबला तिच्या मारी –"

म्हादूने हाताची मूठ वळवून शंखध्वनीचा आविर्भाव केला. बाबू आश्चर्याने म्हणाला,

“का काय झालं?”

“सांगतो मागनं –”

म्हादा पुन्हा गाडीत चढला. हातातले गाठोडे त्याने सर्वांपुढे टाकले. म्हणाला, “घ्या मागारी आपापला माल आणि पैशे. आन, ओ डायव्हरवाले, हाकला गाडी. हे बगा... तुमचा माल तुमाला परत मिळाला. आता पुलिसात जायाचं न्हाई. काय?”

ज्याने-त्याने आपापला माल ओळखून ताब्यात घेतला. मग सगळ्यांनी माना हलवल्या. ड्रायव्हर मुकाट्याने गाडीत बसला. त्याने गाडी सुरू केली. वाटेतले धोंडे बाजूला करायला म्हादूने सांगितले होते. रस्ता मोकळा झाला तसा गाडीचा उजेड प्रखर पडला. गाडी हलली. बघता-बघता दिसेनाशी झाली. सगळे जण एकमेकांच्या तोंडाकडे बघत राहिले.

शेवटी बाबू म्हणाला, “पैशे... माल – समदं परत केलंस?”

म्हादा म्हणाला, “हां, परत केलं.”

“का?”

“न देऊन काय करू?”

“काय झालं?”

– तोंडातली थुंकी बाजूला टाकून म्हादा चिडून बोलला, “पोलिसाचं माजं ठरलं होतं, त्यांना निदान दोन हजार तरी द्यायचं म्हणून. हितं मुदलात खोट. पदरचं पैसे द्यायची पाळी आली. म्हणून पैसंच परत दिलं. दरोडा पडलाच न्हाई. पुलिसात कंप्लेट गेलीच न्हाई तर काई द्यावं लागणार न्हाई. न्हाई तर पदराला खार... हं, चला –”

आणि तो झपाट्याने चालू लागला. त्याच्या पाठोपाठ त्या धाडसी दरोड्यातील एकेक वीरही हळूहळू खांदे पाडून चालू लागले.

□

बबीचे मंगळसूत्र

बबी आणि छगन यांचे लग्न होऊन आता चार-पाच महिने झाले होते. गावाबाहेरच्या एका जुनाट चाळीत छगनची एक खोली होती. या एका खोलीत त्यांचा नवा संसार सजला होता. छगन्या एका कापड दुकानात नोकरीला होता. पगार म्हणून तीन- चारशे रुपये तरी महिन्याला मिळत होते. शिवाय इतर प्राप्तीही बरी होती. मधूनमधून छगन्या कापडाचे लहान-लहान तुकडे कपड्याच्या आत गुंडाळून घरी आणायचा. त्याची विक्री गुपचूप व्हायची. कधी एखाद्या दोस्ताला गिऱ्हाईक बनवून त्याच्या पिशवीत जादा कापड कोंबून त्याच्याकडून कमिशन घ्यायचा. अशी एकूण वरकड प्राप्तीही बऱ्यापैकी होती. त्यामुळे त्याच्या घरात एका खोलीतच – सगळा थाटमाट होता. स्टेनलेसचे डबे होते. रेडिओ होता. ट्रॅन्झिस्टर होता. झुळझुळीत कपडे तर होतेच होते. सायकल होती. लग्न झाल्यावर तर त्याच्या उत्साहाला उधाण आले होते. वरकड प्राप्ती अशीच वाढावी आणि त्यातून टीव्ही, लोखंडी कपाट या वस्तू पण हळूहळू घ्याव्यात, असे त्याच्या मनात येत होते. एकूण, तो मोठा नेटका संसारी पुरुष होता.

बबी त्याला अनुरूप अशीच बायको होती. नट्टापट्टा, नवे कापड-चोपड, दागदागिने या गोष्टींची सगळ्या बायकांप्रमाणे तिलाही आवड होती. मुख्य म्हणजे स्वयंपाकपाण्याचा तिला मनापासून कंटाळाच होता. त्या दृष्टीने ती सुशिक्षित महिलांतच जमा झाली असती. हॉटेलात खाण्याची हौस मनापासून. दुसऱ्याच्या घरी खायला मिळालं तर वाईट नाही. घरी काही केलंच तर निरुपायाने, अगदी कर्तव्यबुद्धीने. दोन-तीन पदार्थांत सगळे भागायचे. त्यांना घशाखाली उतरण्याएवढी चव असली म्हणजे संपले! अधिक चवदार पदार्थ करायला घर म्हणजे काय हॉटेल आहे?

नवरा दुकानात नोकरीला. त्यामुळे संध्याकाळी जोडीने फिरायला जायची हौस

मात्र राहून गेली होती. नाही म्हणायला सोमवारी दुकानाला सुट्टी असायची. त्या दिवशी मात्र जोडी फिरायला जायची. बाहेरच हॉटेलात चरून, एखादा सिनेमा टाकून परत यायची. छगन्याही तिची हौस पुरवणारा नवरा होता. लग्न होऊन काही महिने झाले होते. सगळी नवी नवलाई होती. एकूण राघू-मैनेचा संसार मजेत चालला होता. दिवस कसे भुर्रकन् उडून जात होते. बबी खुशीत होती.

त्या दिवशी शेजारची पारू बबीकडे बसायला म्हणून आली आणि तिने गळ्यातले नवे सोन्याचे मंगळसूत्र बबीला दाखवले. किंबहुना, तो नवा दागिना दाखवायलाच ती मुद्दाम बबीकडे आली होती. ते पाहिल्यानंतर बबीचा आनंद एकदम खलास झाला. लग्न होऊन इतके दिवस झाले, पण आपल्या नवऱ्याने एकही दागिना आपल्याला केलेला नाही, हे तिच्या एकदम लक्षात आले. कधी नव्हे तो छगन्याचा राग आला. हा काय नवरा आहे? साधी अंगठी नाही की बिलवर नाही. ते जाऊ द्या. पण पारूसारखे एखादे मंगळसूत्र तरी? ते काही नाही. आपण रुसूनच बसायचं. सैपाकबिपाक बंद. हट्टच धरायचा. आधी मंगळसूत्र आणा, तरच घरात राहीन. नाहीतर चालले मी बापाकडे.

त्या दिवशी रात्री छगन्या नेहमीप्रमाणे दुकानातील काम संपवून घरी आला. सदऱ्याच्या आत पोटाला बांधलेला लहानसा, उंची कापडाचा तागा त्याने बाहेर काढला. पुन्हा नीट गुंडाळला. मग बायकोला म्हणाला,

"हे बघ बबे, आज भारी माल मिळाला. मालक लघवीला गेला तेवढ्यात लै शिताफी केली. निदान पन्नास रुपायाला मराण न्हाई –"

बबी फणकाऱ्यात म्हणाली,

"काई नका तुमचं पन्नास रुपयाचं कवतिक दाखवू."

छगन एकदम चकित झाला.

"आं? काय झालं तुला आज?"

"आज दोपारच्याला ती पारू आली हुती माझ्याकडं –"

"ती तिरळी?"

"तीच. तिच्या नवऱ्यानं नवं गंठन केलं तिला. आमाला काई केलंत का तुमी?" छगन तिची समजूत घालण्याच्या स्वरात बोलला,

"अगं, तिचा नवरा कानस्टेबल है, ट्राफिककडं. पुना पैसा दाबून मिळतो. त्यांची गोष्टच वायली है."

"तसलं काई सांगू नका बगा. मलाबी तसलं गंठन पायजेल. मी न्हाई ऐकायची."

"आगं, पन –"

"आज मी सैपाकच करनार न्हाई जा. जावा भाईर."

छगन्यानं तिची नाना तऱ्हेने समजूत घालण्याचा प्रयत्न केला. पण एक नाही की दोन नाही; बबी काही आपला ठेका सोडायला तयार होईना. ती रुसूनच बसली. छगन्यानं तिची आर्जवं केली. मनधरणी केली. पैसे साठवून हळूहळू करून आणू गंठन, म्हणून आश्वासन दिले. पण बबीचा रुसवा-फुगवा काही संपेना. तिचा आपला एकच ठेका –

"मला आसंच सोन्याचं गंठन पायजे. उद्याच्या उद्या. न्हाईतर मी बोलनारच न्हाई तुमच्याशी."

"आगं, पन एवढं पैसं आनायचं कुठून मी एका टैमाला?"

"आना कुटूनबी. दुकानातला सबंद तागाच आना –"

"तर गं! म्हंजे जातोय मी दानाला. जेलात घालीवतीस काय मला?"

"मला काही सांगू नका."

आता मात्र छगन खवळला. तसा तो फार हिरवट मनुष्य होता. एकदा त्याचे डोके गेले म्हणजे तो काय करील याचा नेम नसे. बबीने आज ते काम बरोबर केले. शेवटी तो एकदम तडकला.

"तुझ्या आयला तुज्या – आता ऱ्हातीस गप् का हानू दनकं?"

"हाना की!" बेबी केकाटली.

मग मात्र छगन्याने दम खाल्ला नाही. ताड्कन तो उठला आणि बबीच्या अंगावर धावून गेला. आधी पहिल्यांदा त्याने तिच्या कंबरड्यात लाथ घातली. त्याबरोबर ती धाड्कन खाली पडली. चांगली तोंडावर पडली. जमिनीवर आपटून थोबाड फुटले. मग छगन्यानं हातानं दणका दिला. एका मागोमाग एक सटके लगावले. मग पुन्हा एक लाथ घातली. त्यानंतर जोरात टिंबे ठेवून दिले. बबी मोठमोठ्यांदा ओरडू लागली, 'आगं आई गं...' म्हणून तिने मोठ्यांदा गळा काढला.

'ए, बोंबलू नकोस इनाकारनी –' म्हणून छगन्यानं पुन्हा तिला सटासट हाणले.

हा गोंधळ बाहेर चाळीत ऐकू गेला, पण कोणी चौकशी केली नाही की तिकडे फिरकले पण नाही. घरोघर हाच प्रकार होता. त्यामुळे त्यात काही विशेष आहे, असे कुणाला वाटले नाही. लग्न होऊन चार-सहा महिने झाले. अजून मारहाण, भांडाभांडी याला सुरुवात कशी झाली नाही, याचे काही जणांना उलटे आक्रीतच वाटत होते. आता त्यांचा जीव भांड्यात पडला. हां, आज खरा जोडीचा संसार सुरू झाला. झकास झाले!

त्या दिवशी रात्री बबी तशीच भुईवर निजून राहिली. उठलीच नाही. रडता-रडता तिला झोप लागली. छगन्या मग मुकाट्याने बाहेर पडला. कुठे तरी बाहेरच्या हॉटेलात त्याने पोटभर हाणले. मग मुकाट्याने तो घरी येऊन झोपला.

सकाळी छगन्या नेहमीप्रमाणे उठला. हिरमुसल्या मुद्रेने सकाळचे उद्योग आटोपून

अंघोळ करून कामाला गेला. बबी तशीच निजून राहिली. मग रडत-रडत तिने आपलेही रोजचे उद्योग आटोपले. रडत-रडत स्वत:पुरता स्वैपाक केला. हुंदके देत देत ती जेवली. मग पुन्हा मुसमुसतच अंथरुणावर पसरली. संध्याकाळ झाली. चांगला अंधार पडला, तरी ती उठली नाही. या असल्या नवऱ्याचे तोंड पाहू नये, असे तिला एकसारखे वाटत राहिले. रात्रीचे नऊ वाजून गेले. छगन्या नेहमीच्या वेळेला घरी आला. आला तो ओरडतच – ''बबेऽऽ ऊठ, हे काय आणलंय बग.''

बबीने पहिल्यांदा लक्षच दिले नाही. छगन्या आल्यापासून ती जास्तच मुसमुसत होती. छगन्याने 'ऊठ' म्हणून तिला हाक मारल्यावर तिने पुन्हा गळा काढला. छगन्या म्हणाला,

''आगं, बघ तर खरं, काय आनलंय मी. हे बघ –''

मुसमुसतच बबीने छगन्याच्या दिशेने पाहिले –

सोन्याचे नवे कोरे गंठन त्याच्या हाताच्या बोटांतून लोंबत होते. काळे मणी आणि मधेमधे सोन्याची बारीकशी कलाकुसर. खाली दोन वाट्या. विजेच्या उजेडात गंठण चमचमचम चमकत होते.

बबीच्या अंगात एकदम उत्साहाची वीज तळपली.

चटकन उठून बसत हसऱ्या तोंडाने ती म्हणाली, ''या दोडा, गंठन आनलं?... बगू-बगू....''

छगन्याने ते मंगळसूत्र हळूच तिच्या दिशेने फेकले. तिने ते वरच्या वर झेलले. मग हातात घेऊन पाहिले. अगदी डोळे विस्फारून पाहिले. मग एकदम तिने गळ्यातच घातले.

धावत-धावत भिंतीवर लटकलेल्या आरशाकडे जाऊन तिने आपला गळा डोळे भरून पाहिला. पुन: पुन्हा त्या मंगळसूत्राशी हाताने लाडिक चाळा केला. मग धावत धावत येऊन ती छगन्याला बिलगली.

''लै चांगलं है बगा तुमी –''

''आता हे बग... रातसार म्हनलं, रडत बसलीस. जाऊ द्या. आनून टाकू. खूस हुईल आमची बबीरानी.''

''कसं काय आनलंत? तागा पळीवलात?''

''अरे हॅट्!''

''मग?''

''आनलं आसंच काईतरी करून.''

''उधार आनलंत व्हय?''

''ते तुला काय करायचंय? आनलंय ना, मग झालं तर. आता झकास पिठलं कर –''

"शेंगदाणे बी कुटते– चा घ्याचा?"

असे म्हणून बबी एकदम स्वैपाकाच्या स्टोव्हकडे वळली. तिने स्टोव्ह पेटवला. आधण चढवलं. फर्मास चहा केला. मग दाबून साखर घातलेला तो गोड चहा दोघेही एकमेकांना आग्रह करकरून प्यायले. आनंदी आनंद झाला. ती रात्र त्या दोघांना फार मजेत गेली.

सकाळ झाली. नेहमीप्रमाणे कामेधामे आटोपून छगन्या दुकानावर गेला. इकडे बबीचा तर सगळा दिवस धुंदीत गेला. संध्याकाळ झाल्यावर तिने वेणीफणी केली. खसाखसा तोंड धुतले. पावडर फासली. नवी साडी नेसली. मग जरूर नव्हती तरी भाजी आणायला म्हणून ती चाळीबाहेर पडली. गळ्यातले मंगळसूत्र पदराबाहेर काढून त्याच्याशी चाळा करीत करीत, इकडे-तिकडे डौलाने बघत ती रस्त्याने चालायला लागली.

गल्लीतला रस्ता अगदी निर्मनुष्य होता. क्वचित एखादा माणूस सायकलीवरून झपकन् निघून जाई. एवढी गल्ली ओलांडली की मग एक मोठा रस्ता. त्या रस्त्यावर दुकाने होती. भाजीच्या दुकानातून भाजी घ्यायची आणि परत फिरायचे. आज छगन्या रात्री घरी येईल तेव्हा चांगले-चुंगले करून त्याला खाऊ घालायचे. गडी खूश झाला पाहिजे.

असा विचार करीत बबी आपल्याच नादात चालली होती. गळ्यातील मंगळसूत्राशी एकसारखा चाळा सुरू होता. अंधार हळूहळू पडत चालला होता. रस्त्यावर कुणीही नव्हते. सगळीकडे सामसूम होती.

– आणि एकदम बाजूच्या अरुंद बोळातून दोन अनोळखी माणसे आली आणि थेट बबीसमोर उभी राहिली. अगदी अंगालाच भिडली.

बबी एकदम दचकली. पुढे काय झाले, हे तिला नीटसे कळलेच नाही. ती ओरडणार तेवढ्यात एकाने तिच्या तोंडवर हात मारून तोंड दाबले. दुसऱ्या हाताने मानगूट धरले. बबीने प्रतिकार करायचा प्रयत्न केला. तेवढ्यात दुसऱ्याने तिच्या गळ्यातले मंगळसूत्र तट्कन् तोडले. दोघेही बाजूच्याच अरुंद गल्लीतून धूम पळाले. बघता-बघता नाहीसे झाले. सगळे कसे क्षणा-दोन क्षणात झाले.

दोन-चार जोरदार दणके खाल्ल्यामुळे बबी एकदम खाली आपटली होती. ती कशीबशी उठून बसली. गळ्यातले मंगळसूत्र गेले, हे कळल्याबरोबर तिने तोंडावर हात घेतला. जीव खाऊन ठणाणा केले –

"गंठन नेलं हो मुडद्यांनी – आता काय करू मी?"

लोक जमले. बघता-बघता गर्दी झाली. नाही-नाही त्या चौकशा सुरू झाल्या. पण आता काही उपयोग नव्हता. मंगळसूत्र नेणारे चोरटे केव्हाच नाहीसे झाले होते. त्यांचा मागमूस नव्हता. लोकांनी फक्त बबीला प्रश्न विचारून भंडावून सोडले.

कोरडी सहानुभूती व्यक्त केली. "हल्ली हे मंगळसूत्र चोरणाऱ्याचं फार पीक माजलं आहे. सरकारनं काहीतरी करायला पाहिजे –" वगैरे वगैरे. असे उद्‌गार काढले आणि मग हळूहळू एकेकाने काढता पाय घेतला. गर्दी विरळ झाली. बबी रडत-भेकतच उठली. हळूहळू घराकडे गेली.

त्या रात्री घरी आल्यावर छगन्याला सगळा प्रकार कळला, तेव्हा तो भयंकर खवळला. एवढ्या मोठ्या हौसेने गंठण करून आणलं आणि या सटवीने एका दिवसात ते घालवून टाकलं? आता हिला हाणलेच पाहिजे. जोरदार फटके हाणलेच पाहिजेत.

डोळे लाल करून छगन्या बबीच्या अंगावर धावून गेला.

"सटवे, तुला भाईर पडायचं काय नडलं हुतं? आन् पडलीस ती पडलीस, गंठन भाईर काडून मिरवत कशाला चालली हुतीस?"

बबी घाबरून अंग चोरीत म्हणाली, "आवं पन –"

"तू बोलूच नगंस. लै लाड झालं तुजं –"

असे म्हणून छगन्याने पुन्हा तिच्या कंबरड्यात लाथ घातली. ती खाली आपटल्याबरोबर पुन्हा हाताने दणके दिले. चांगली ठोकाठोक झाली. बबीचे सगळे अंग शेकून निघाले. ती मोठमोठ्यांदा केकाटू लागली.

"मेले गं बया...."

"आं? पुन्हा वर वरडतीस? मग मरच."

छगन्याने तिला आणखीन टिंबे ठेवून दिले. बाहेर चाळीत सगळ्यांना हा आरडा-ओरडा नीट ऐकू आला. सगळ्या चाळकऱ्यांनी समाधानाचे सुस्कारे सोडले. वा! छगन्या खरा मर्द पुरुष आहे. रोज ठोकाठोकी सुरू झाली. आता त्याचा संसार सुरळीतपणे चालणार यात काही शंकाच नाही.

मारून-मारून छगन्याचे हात दुखू लागले. बबीही निपचित पडून राहिली. रडून रडून तिचे डोळे सुजले. रडता-रडता तिला गाढ झोप लागली. मग छगन्याने पुन्हा बाहेर जाऊन कुठेतरी पोटभर खाऊन घेतले. भरपूर मारल्यामुळे त्यालाही चांगलाच व्यायाम झाला होता. भूक चांगली लागली होती. भरपूर खाऊन तो परत आला. अंधारातच अंथरूण टाकून झोपला. गुपचूप झोपला.

असे दोन-तीन दिवस गेले.

छगन्या आणि बेबी या दोन-तीन दिवसांत हळूहळू एकमेकांशी बोलू लागली. पहिल्या दिवशी बोलणे एकदम बंद. सगळा मुक्याने कारभार. दुसऱ्या दिवशी कामापुरते बोलणे. तिसऱ्या दिवशी मात्र थोडा मोकळेपणा आला. छगन्या जरा नीट बोलू लागला. बबीला हायसे वाटले.

तिसऱ्या दिवशी छगन्या दुकानात निघाला तेव्हा तर चांगलाच लाडात आला.

बबीला जवळ घेऊन म्हणाला,

"च्यायला, चुकलंच माजं. लै मार बसला का गं?"

बबीच्या अंगाची सूज अजून गेली नव्हती. कण्हत-कुंथत ती बोलली, "आता हाय बरं. लाथ हानलीत ना, ती जागा तेवढी लै दुखतीया."

"आता रातच्याला घरी आलो म्हंजे शेकून काढू, आं!"

एवढे बोलून छगन्या कामावर गेला. बबीने झोप काढली. संध्याकाळी तिला जरे बरे वाटू लागले. आज छगन्या तिच्याशी पुन:पुन्हा लाडेलाडे बोलला होता. त्यामुळे ती खुशीत होती. आता तो रात्री घरी आला म्हणजे तव्यावर परतलेली भाजी करायची. शेंगदाणे कुटून चटणीही करावी. चटणी त्याला फार आवडते. झालेच तर झकास घट्ट पिठले करावे.

संध्याकाळी बबी भाजी आणायला बाहेर पडली. हातात पिशवी घेऊन रस्त्याने चालत निघाली. निर्मनुष्य रस्त्यावरून बोळातून एकटीच निघाली. आज काही तिला भीती नव्हती. आज तिच्या गळ्यात काही नव्हते. आज तिला भ्यायचे काय कारण होते?

अंधार पडू लागला होता. रस्त्यावरचे दिवे नुकतेच लागले होते. बोळात रहदारी अशी नव्हतीच. सगळीकडे अगदी सामसूम होती. आणि बबी झराझरा पाय उचलीत होती.

– आणि पुन्हा तो भयंकर प्रकार घडला!...

शेजारच्या अरुंद बोळातून दोन अनोळखी माणसे एकदम बाहेर आली आणि बबी समोर उभी राहिली.

बबी एकदम दकचलीच!....

तिने ती माणसे बरोबर ओळखली. परवा ज्यांनी आपले मंगळसूत्र पळवले, तेच हे! तोच एक जाड्या. दुसरा त्या मानाने हडकुळा आणि कुलुंगी. त्याच फाटक्या पँटी. तेच गंजीफरास. तीच ही माणसे.

बबी एकदम ओरडणार तेवढ्यात तो हडकुळा, कुलुंगी जातीचा माणूस म्हणाला,

"हीच ती बाई उस्ताद. परवाची –"

"आसं? आरं तुज्या मी –"

असे म्हणून त्या जाड्याने एकाएकी बबीच्या तोंडावर एक ठोसा मारला. तिचे थोबाड फुटले. तोंडावर रक्त वाहू लागले. ती खालीच आपटली.

"साली खोटं मंगळसूत्र घालून हिंडतीस का? सबंद सराफकट्ट्यात आमची आब्रू घालवलीस –"

कुलुंगी म्हणाला,

"हाना वस्ताद, हाना. आता सोडू नका. ह्या बायांना खोटं दागिनं घालायची आजकाल लै खोड लागलीया. समदी म्हेनत वाया गेली परवाची... हाना –"

जाड्याने पुन्हा तिच्या कमरेत एक लाथ घातली. चार-दोन जोरदार सटके हाताने लगावले. मग बघता-बघता दोघेही पुन्हा धूम पळाले. एका मिनिटात शेजारच्या अंधाऱ्या बोळात कुणाला काही पत्ता लागायच्या आत दिसेनासे झाले.

या खेपेला बबी अजिबात ओरडली नाही. तिने तोंडावर हात घेतला नाही. ठणाणा केला नाही. काही केले नाही. ती तशीच निपचित पडून राहिली. मग थोड्या वेळाने हळूहळू उठून बसली. कण्हत-कण्हत तिने आपली साडी झटकली. मळलेले तोंड पुसले. केस सारखे केले.

मग कमरेला वरचेवर हात लावीत ती उभी राहिली. गपचिप घराकडे गेली. अंथरुणावर पडून राहिली.

नेहमीप्रमाणे छगन्या रात्री दुकानातलं काम संपवून घरी आला, तेव्हा घरात अंधार होता. छगन्यानं दिवा लावला. बघतो, तर बबी अंथरुणावर पडून राहिलेली. "अगं आई गं..." करून कण्हत-कुंथत असलेली.

छगन्या तिच्याजवळ जाऊन बसला. तिच्या कमरेवर हात ठेवून, प्रेमळ आवाज काढून म्हणाला,

"लै दुखतंय का गं? आज आपुन शेकून काढू. उद्याच्याला एकदम मोकळं." हे ऐकून बबीला एकदम रागाचा फणकारा आला. ती तशीच उठून बसली. नवऱ्याचा हात झिडकारीत बोलली,

"अंगाला हात लावू नका माज्या, सांगून ठेवते."

"का गं? काय झालं?" छगन्यानं पुन्हा तिथं हात लावला.

"हात लावू नका म्हंते ना –" बबी ओरडली.

छगन्यानं कुठल्यातरी हिंदी सिनेमाची पोस्टर्स येता-येता वाटेत बघितली होती. त्यामुळे आज त्याच्या अंगात जरा वीज खेळत होती. आज बायकोचा रुसवा काढायचा, दोन-तीन दिवसांची कसर भरून काढायची, असे त्याने ठरवले होते. म्हणून तो लाडेलाडे म्हणाला, "आगं, जाऊ दे गंठन गेलं तर. मी उद्याच्याला दुसरं आणून दीन. है हिंमत माजी. तू बगच."

हे ऐकल्यावर बबीला एकदम रागाचा झटकाच आला. कर्कश आवाजात ती ओरडली,

"खोटं गंठन आणून फशीवता व्हय मला?"

"खोटं?" छगन्या एकदम दचकला.

"खोटं न्हाईतर काय? त्या परवाच्या चोरट्यांनी पुन्हा मला धरलं आज. खोटं गंठन घालून आमाला का फशीवलंस म्हनून पुन्यांदा ठोकलं मला – आई ऽ ऽ गंऽ"

बबी विव्हळली.

"आं? कवा, आज?"

काय बोलावे, हे छगन्याला बराच वेळ सुचलेच नाही. आपला हा उद्योग बबीला इतक्या लवकर कळेल, याची त्याला कल्पनाच नव्हती.

"मोठ्या हिमतीचं हैत हाय म्हाईत! खोटं गंठन आणून फशीवता व्हय? त्वांड बगा खरं गंठन आननाराचं –"

आता मात्र छगन्याचे पित्त खवळले. आपण खोटे मंगळसूत्र आणू नये, तर काय करावे? ह्या एवढ्याशा पैशात खरे गंठण आणायचे म्हणजे स्वत:ला विकूनच घ्यावे लागेल. हिला काही अक्कल? ते काही नाही. आपण या बायकोचे लाड करतोय, तेच चुकले. हिला ठोकलेच पाहिजे. त्याशिवाय हे भूत वठणीवर येणार नाही.

"का? आता का थोबाड बंद?"

हे ऐकल्यावर छगन्या एकदम उठला. त्याने आधी बबीच्या कमरेत लाथ घातली. त्याबरोबर ती धाड्कन् आपटली. पुन्हा एकदा तोंड फुटले. तिने मोठ्यांदा गळा काढला.

"मेले गं बया –"

"तशी न्हाई मरायची तू सुडके –"

छग्याने मग दणादण दणके घातले. एकामागोमाग एक. मग हातांनी जोरदार टिंबे ठेवून दिले. त्यापाठोपाठ पुन्हा एक लाथ घातली. पुन्हा सटासट टोले लगावले.

मग कितीतरी वेळ बबी मोठ्यांदा ओरडत राहिली आणि छगन तिला सटके देत राहिला.

□

कावळ्यांचे मानसशास्त्र

तास संपत आला तसे मानसशास्त्राचे प्राध्यापक श्रीयुत कावळे यांनी एकदा मनगटावरच्या घड्याळाकडे पाहिले. मग त्यांनी खिशातला रुमाल बाहेर काढला. त्याने आपले भले मोठे टक्कल पुसले. तोच रुमाल तोंडावरून एकदा फिरवून त्यांनी खिशात ठेवला. मग समोर बसलेल्या विद्यार्थी-विद्यार्थिनींकडे समाधानी दृष्टीने पाहत ते म्हणाले,

"...तर मानवी मन हे असं गुंतागुंतीचं असतं. त्याच्या प्रत्येक क्रियेमागे त्याचं प्रकट किंवा अप्रकट मन दडलेलं असतं. बाह्य क्रियेमागील हेतू ओळखणं, हे फार कठीण. आपण कोण आहोत, हे माणसाला स्वत:लादेखील कळत नाही. पण आमच्यासारखे जे मानसशास्त्र जाणणारे असतात, त्यांना या मनातल्या हालचाली आरशात पाहावं त्याप्रमाणे स्वच्छ दिसतात. तिथं काही लपवाछपवी चालत नाही. परवाचीच गोष्ट. मोठी गंमत झाली! आम्हाला रस्त्यात एक गृहस्थ भेटले. केव्हा तरी पूर्वी ओळख झाली असेल. पण स्वारी म्हणाली, 'सवडीनं घरी येतो गप्पा मारायला.' आम्ही मनात म्हणालो, 'नक्की याचा काहीतरी डाव आहे. बहुतेक हा विमा-एजंट असावा. नाहीतर धर्मार्थ नाट्यप्रयोगाची तिकिटं खपवणारा एखादा सामाजिक कार्यकर्ता असावा.' आम्ही कसले खमंग! म्हटलं, 'या खुशाल घरी.' अन् गंमत अशी की, आमचं निदान दोनशे टक्के बरोबर ठरलं. तो दोन्ही धंदे करणारा निघाला! आम्हाला आणखीन दोन हजारांचा विमा उतरावा लागला अन् दहा रुपयांची नाटकांची तिकिटंही घ्यावी लागली. अशी मजा! तर मुद्दा काय, की आमच्यासारख्या मानसशास्त्रज्ञांना माणसं कशी बरोबर कळतात!"

प्राध्यापक कावळे यांनी आणखीही काही गोष्टी सांगून वर्ग गुंग करून सोडला असता. तेवढ्यात तास संपला. बाहेरून घंटा वाजल्याचा आवाज ऐकू आला, तेव्हा

कावळ्यांनी पुन्हा एकदा घड्याळाकडे पाहिले. पुस्तके गोळा करून ते हसतमुखाने वर्गाबाहेर पडले. वर्गातले विद्यार्थी बाहेर आले.

वर्गाबाहेर व्हरांडा होता आणि व्हरांड्यात नेहमीप्रमाणे मुले गर्दी करून उभी होती. घोळका करून गप्पा मारत होती. कुणी भिंतीवरच्या सूचनाफलकावरील सूचना वाचत होते. कुणी लांब कुठेतरी दिसणाऱ्या मुलींवर शेरे मारत वेळ काढत होते. या सगळ्या घोळक्यामधून वाट काढीत कावळे कॉमनरूमकडे निघाले. मधेच एका विद्यार्थ्याने पुढे होऊन त्यांना नमस्कार केला. कावळ्यांनी मान हलवून तो स्वीकारला. 'सर –' असे म्हणून तो विद्यार्थी त्यांच्याबरोबर चालू लागला. तोंडावर दिलगिरीचा भाव आणून तो म्हणाला, "सर, अं... एका गोष्टीबद्दल क्षमा मागायची आहे."

कावळ्यांनी त्याच्याकडे प्रश्नार्थक दृष्टीने पाहिले.

"तुमच्या हातून काही तरी चूक झालेली असेल –"

"होय सर."

"मला वाटलंच! आम्ही बरोबर ओळखतो."

"तुमची परवानगी न घेता मी आज तुमच्या तासाला बसलो होतो सर. खरा माझा विषय आहे इकॉनॉमिक्स –"

"मग? सायकॉलॉजीमधून मी काय थोडंसं इकॉनॉमिक्सही शिकवतो, अशी तुमची कल्पना आहे काय?"

आपल्या या विनोदाचे कावळ्यांना फारच हसू आले. इतके की, ते त्यांच्या लांबट तोंडावरून अगदी ओघळू लागले. त्यांचा हा विनोद त्या विद्यार्थ्यालाही खूपच मार्मिक वाटला असावा. कारण कावळे हसलेले पाहून तोही हसला. अगदी पोट धरधरून हसला. शेवटी कसेबसे हसू आवरून तो म्हणाला, "हेच – हेच सर. हा ह्यूमरच तुमचा फार आवडतो आम्हाला सर. ही ह्यूमरबुद्धी फार क्वचित असते. म्हणून तुमच्या तासाला बसावंसं वाटतं."

"ऊं:! त्यात काही विशेष नाही." कावळ्यांनी खांदे उडवले. "माझ्या तासाला नेहमीच बाहेरची मुलं बसतात. दुसऱ्या कॉलेजातली सायकॉलॉजीची मुलं तर हमखास! नुसत्या चेहऱ्यावरून मी बरोबर ओळखतो ना –"

"कमाल आहे सर तुमची मग!"

"अहो, तुम्हाला परवाचीच गंमत सांगतो. परवाचीच म्हणजे काय, दोन वर्षांखालची. एक मुलगा वर्षभर माझ्या वर्गात नेहमी दिसायचा. वर्गात इतकी गर्दी होती पोरांची. पोरीही चिकार होत्या म्हणा. पण त्याचा चेहरा बरोबर माझ्या लक्षात राहिला. माझी अगदी खात्री होती की, हा आपल्याच कॉलेजातला विद्यार्थी असावा. सहज चौकशी केली, तर तो आपल्याच कॉलेजचा विद्यार्थी निघाला. प्रसिद्ध

खेळाडूच होता तो आपला! हा: हा:''

गुरुशिष्य दोघेही पुन्हा मोठ्यांदा हसले. अर्थात कावळे आधी हसले, मग तो विद्यार्थी हसला. कावळ्यांचे हसणे थांबले तसे त्याचेही थांबले.

''परवा भेटला होता रस्त्यात. बरोबर बायको होती त्याची. तीही त्याच्या वर्गातली होती म्हणे. सांगत होता, प्रेमविवाह केला म्हणून. पण फार चांगला स्वभावानं. तुमचे तास कधी विसरणार नाही, म्हणून एकसारखा म्हणत होता.''

''मीही तेच विचारतोय सर. पुढंही तुमच्या तासाला बसलो तर चालेल ना सर? तुमची हरकत नाही ना?''

''हरकत कसली आलीय? बसा ना खुशाल. काय तुमचं नाव म्हणालात?''

''गोडबोले.''

कॉमनरूमच्या दारापाशी उभे राहून कावळ्यांनी गोडबोल्याची सहज इतर चौकशी केली. त्याबरोबर गोडबोल्याने भराभरा आपली माहिती सांगून टाकली. त्यावरून त्याची परिस्थिती फारच गरिबीची असावी, हे कावळ्यांच्या एकदम लक्षात आले. सगळेच शिकणारे भाऊ, लग्न न झालेल्या बहिणी, खाणारी तोंडे जास्ती अन् वडिलांचे तुटपुंजे उत्पन्न. रोज एक वेळच जेवावे लागते. कपडे, पुस्तके, फी... सगळे कठीणच. इतक्या सगळ्या अडचणीतून कॉलेजचे शिक्षण कसे घ्यायचे?

आपल्या वाईट परिस्थितीचे आणि धडपडीचे गोडबोल्याने बराच वेळ हृदयद्रावक वर्णन केले. ते ऐकल्यावर कावळ्यांना त्याच्याविषयी फारच सहानुभूती वाटली. ते कळवळ्याने म्हणाले,

''अरे – अरे! मग तुम्ही फ्रीशिपसाठी का नाही अर्ज केलात? मी त्या कमिटीत आहे. काही तरी पाहिलं असतं आपण.''

गोडबोले अत्यंत नम्रपणे म्हणाला,

''केलाय ना सर. अर्ज करून ठेवला आहे.''

''हे छान केलंत.''

''माझ्या सगळ्या फ्रेंड्सनी सांगितले सर, तू अर्ज कर. कावळे सर कमिटीत आहेत. पार्शलिटी अजिबात होणार नाही. लायक मुलांनाच फ्रीशिप मिळेल –''

''मिळेल म्हणजे? मिळालीच पाहिजे. हा आहे काय चावटपणा? मला अजिबात खपत नाही. वशिले, ओळखीपाळखी, चिठ्ठ्या-चपाट्या... छ्या: छ्या:! मी अगदी विरुद्ध आहे त्याच्या.''

''बराय सर. मग जातो मी. तेवढं....''

''डोंट वरी.''

''थँक यू, सर.''

गोडबोल्याने नमस्कार केला. मनगटावरच्या घड्याळाकडे दृष्टी टाकली. मग कडक इस्त्रीच्या पँटमध्ये दोन्ही हात खुपसून तो लगबगीने तिथून नाहीसा झाला. मग

कावळे कॉमनरूममध्ये शिरले. हातातली पुस्तके त्यांनी कपाटात कोंबली. हजेरीपट टेबलावर टाकला. दुसरी कुठली तरी पुस्तके काढून आपल्या बॅगेत भरली. कोपऱ्यात अडकवलेली छत्री घेऊन ते बाहेर पडले आणि घराच्या दिशेने भराभरा गेले.

मानसशास्त्राचे प्रोफेसर कावळे घरी येऊन पोचले तेव्हा दुपारचे चार वाजून गेले होते. घरी आल्यावर कावळ्यांनी कपडे बदलले, तोंड धुतले आणि आरामखुर्चीवर अंग टाकून ते हुश्श करीत पडून राहिले.

सौभाग्यवती कावळे यांनी तोपर्यंत चहा करून ठेवला होता. खायचेही केले होते. शिरा आणि बटाट्याचे पोहे. कावळ्यांचा थकवा एकदम नाहीसा झाला. चमच्याने त्याचा फडशा पाडीत कावळ्यांनी बायकोकडे एकदा निरखून पाहिले. भारी तलम रेशमी पातळ, मोगऱ्याची वेणी, तोंडावरील रंगरंगोटी....

कावळे एकदम लाडात आले. शिऱ्याचा प्रेमळ घास तोंडात कोंबून बोबड्या सुरात ते म्हणाले,

"का बुवा? आज थाटमाट दिसतोय! कुठं मोहीम निघालीय बाईसाहेबांची?"

साधारणपणे प्रौढ वयाला न शोभेल अशी मान लचकवीत बाईसाहेब हसल्या आणि म्हणाल्या,

"इश्श! मोहीम कसली आलीय डोंबलाची. पण जरा बाहेर जावं म्हणते घटकाभर."

"आम्ही कसे बरोबर ओळखलं? म्हटलं, आज शिरा-पोहे का?"

"म्हणजे? एरवी मी कधी करीत नाही वाटतं खायला? धन्य आहे हो. तरी बरं, रोज खाईन-खाईन करत असता तुम्ही."

बघता-बघता बाईसाहेब खेकसलेल्या दिसल्या, तेव्हा कावळे एकदम बिचकले. त्यांच्या तोंडापर्यंत आलेला चमचा एकदम हादरला आणि बटाट्याचा एक मोठा तुकडा त्यांच्या शर्टावर पडला.

"करतेस गं. पण आज जरा विशेष चांगलं झालंय, म्हणून म्हटलं मी. कुठं महिला मंडळात व्याख्यात-बिख्यान आहे काय कुणाचं?"

"व्याख्यान कसलं आलंय? जरा खरेदीच करावी म्हणते थोडीशी आज. नवी पातळं छान आलीत त्या ह्या आपल्या दुकानात, म्हणून डॉक्टरीणबाई म्हणत होत्या. पाहावीत तर खरी. मला एक होईल अन् एक बेबीला होईल."

दोन पातळांची खरेदी म्हटल्यावर प्रोफेसर कावळे पुन्हा एकदा बिचकले. शे-दोनशे रुपयांचा हिशेब त्यांच्या डोळ्यांसमोर उभा राहिला. हातातली बशी घाईघाईने टेबलावर ठेवून त्यांनी ओठाच्या कडेला लागलेला शिरा आत ढकलला. तोंडावर घाबरटपणा आणून ते घाईघाईने म्हणाले,

"हं, हं, खरेदी-बिरेदी आता बंद करा हं सगळी. माझ्याजवळ अजिबात पैसे नाहीत, सांगून ठेवतो."

"वा: असं काय करता? कपाटात ते दोनशे आहेत ना?"

"ते विम्याचा हप्ता भरायला ठेवलेत. त्याला हात लावू नका."

कावळ्यांनी हे शेवटचे वाक्य जास्तीत जास्त निश्चयाने आणि रागाने उच्चारण्याचा प्रयत्न केला. मग त्यांनी टेबलावरचे वर्तमानपत्र उचलले आणि ते तिन्ही बाजूंनी तोंडाभोवती धरले. अशा सफाईने की, बघायचे म्हटले तरी आपले तोंड कोणाला दिसू नये. राग व्यक्त करण्याची ती त्यांची नेहमीची पद्धत होती. आपल्याला हवे ते शब्द दुसऱ्याच्या तोंडून निघेपर्यंत वर्तमानपत्र बाजूला म्हणून करायचे नाही, असा त्यांचा निर्धार असे. पण दुर्दैव एवढेच होते की, ते रागावलेले आहेत, हे त्यांच्या स्वत:खेरीज दुसऱ्या कोणालाही घरात समजतच नसे. घरातल्या लोकांची स्वच्छ समजूत होई की, कावळे हे वर्तमानपत्र तरी वाचीत असावेत किंवा वाचता-वाचता त्यांना नेहमीप्रमाणे झोप लागली असावी. समजूत म्हणण्यापेक्षा खात्रीच, असे म्हटले तरी चालेल. आणि त्यामुळे घरातल्या सगळ्यांचे व्यवहार नेहमीप्रमाणे चालत. त्यात कोणताही बदल होत नसे. कावळ्यांनाच थोड्या वेळाने कंटाळा येई. मग टेबलावरची टाचणी घेऊन हळूच ते वर्तमानपत्राला चार-दोन ठिकाणी भोके पाडत आणि त्यातून ते पाहत. घरात काय चालले आहे याचा अदमास घेत.

आजही कावळ्यांनी थोडा वेळ वाट पाहिली. मग कंटाळून त्यांनी हत्यार उपसले आणि वर्तमानपत्राला चार-दोन ठिकाणी झरोके पाडले. डोळा बारीक करून त्या झरोक्यातून ते पाहू लागले तेव्हा त्यांना स्पष्ट दिसले की, प्रोफेसरीणबाई स्वयंपाकघरात बसून शांतपणे शिरा आणि पोहे खाताहेत. त्यांच्या तोंडावरून तरी बाहेर जायच्या त्यांच्या निश्चयात बदल झालेला दिसत नव्हता. ते पाहून कावळ्यांचे डोके एकदम चढले. त्यांच्या कपाळावर आठ्यांचा समुद्र पसरला. अरे, म्हणजे हे काय आहे काय? आपण जीव तोडून सांगतो आहोत की, पैसा नाही म्हणून अन् हे खुशाल आपले चाललेत खरेदीला. अरे वा!! पैसे मिळवायचे म्हणजे काय काय करावं लागतं माणसाला! त्यांना त्याचं काहीच नाही? काय बायको आहे, का कोण आहे?

ह्या क्षणी प्रोफेसर कावळ्यांच्या मनात बायकोबद्दल फारच भीषण विचार येऊन गेले. त्यांना असे वाटले की, धुणे वाळत घालायची काठी घ्यावी अन् सण्सण्सण् करून असे रट्टे द्यावेत लगावून की, बस्स!....

कावळ्यांनी पुन्हा एकदा झरोक्यातून टेहळणी केली. बाईसाहेबांचे खाणे आटापेल्यावर त्यांनी गटागटा पाणी ढोसलेले दिसले. मग त्या उठल्या आणि कपाटाजवळ गेल्या. कपाट उघडू लागल्या. मग मात्र कावळ्यांना एकदम चीड

आली. वर्तमानपत्राच्या आडूनच चिडक्या सुरात ते ओरडले,

"इतकं सांगितलं तुम्हाला तरी तुमचा आपला हेका आहेच ना? ठीक आहे. काय वाटेल ते करा, जा."

कावळ्यांचे हे निषेधाचे शब्द ऐकल्यावर प्रोफेसरीणबाई एकदम मागे वळल्या. कपाटाचे दार त्यांनी मागच्या मागेच ढकलले. टेबलापाशी येऊन त्या दुसऱ्या खुर्चीवर बसल्या. शांतपणे नवऱ्याकडे पाहून म्हणाल्या,

"केवढ्यांदा ओरडता आहात ते? तुम्ही नको म्हटल्यावर मी पैसे घेईन तरी कशी? तुम्हाला तसं वाटलं तरी कसं म्हणते मी? मी आपलं दुसरं काही तरी पाहत होते हो."

बायकोचं हे संथ, समंजस बोलणं ऐकल्यावर कावळ्यांचा राग एकदम उतरला. पूर आलेल्या नदीचे पाणी जसे भराभरा उतरावे, तसा उतरला. त्यांनी वर्तमानपत्र बाजूला केले. घडी करून टेबलावर ठेवले. चेहरा हसतमुख केला. टेबलावरच्या बशीकडे त्यांचे लक्ष पुन्हा गेले. ती हातात घेऊन ते खाऊ लागले. सगळे खाणे संपल्यावर त्यांनी फुलपात्रे भरून पाणी तोंडात सोडले. मग चहाचा कप तोंडाला लावून संपवला. मोठी ढेकर दिली. कावळे खुशीत असले की काही खाल्ल्याबरोबर लगेच त्यांना ढेकर येत असे. ते जितके जास्त खुशीत तितकी ती ढेकर मोठमोठी होत जाई. आताही कावळ्यांनी खूपच मोठा 'अऽऽऽऽबा' असा आवाज निर्माण केला आणि मग ते पोटावरून हात चोळू लागले.

प्रोफेसरीणबाई इतका वेळ शांतपणे बसल्या होत्या. कावळ्यांचे खाणे-पिणे, ढेकर इत्यादी कार्यक्रम संपल्यावर त्या म्हणाल्या,

"मग मी ऐकलं ते खरंच म्हणायचं?"

कावळ्यांनी एकदम दचकून सौभाग्यवतीकडे पाहिले आणि आश्चर्याने तोंड उघडले.

"काय, काय बुवा? काय ऐकलं?"

"आपली परिस्थिती सध्या बरीच खालावलीय म्हणून?"

"कोण म्हणतं असं?" कावळ्यांचा आवाज चढला.

"डॉक्टरीणबाईच शिंत्रीणबाईंना असं काही तरी म्हणत होत्या. शिंत्रीणबाईंनी मला सांगितलं, हो सगळे हे. नाही तर मला तरी कळायला काय मार्ग?"

"पण काय, सांगितलं काय?"

"हेच, दुसरं काय? आत्ता मी पातळाचं बोलले ना, तशीच पातळं डॉक्टरीणबाईंनी घेतली. परवा मी त्यांच्या अंगावर सहज पाहिलं. चांगलं दिसलं म्हणून चौकशी केली मी. ती ऐंशी-ऐंशी रुपयांना घेतली म्हणून म्हणाल्या. म्हटलं, एवढी स्वस्त असतील तर मीसुद्धा घेईन एक-दोन. त्यांनी दुकानबिकान सांगितलं मला. मला

काही बोलल्या नाहीत. पण शिंत्रीणबाईंजवळ बोलतात कशा –''

"कशा?'' कावळ्यांनी जिज्ञासेने प्रश्न केला.

"म्हणे, प्रोफेसरीणबाई पातळाची चौकशी करत होत्या. पण घेणार आहेत का खरोखर? का उगीच आपली ऐट? तसं शित्रींणबाई म्हणाल्या, का बरं? काय झालं?– तर म्हणे, त्यांची परिस्थिती सध्या चांगली नाही म्हणून ऐकते मी. फार ओढाताण होतेय म्हणे अन् मग हे जमायचं कसं म्हणे. शिंत्रीणबाई म्हणाल्या बाकी त्यांना – काहीतरी सांगताहात. हो, त्यांची मुळीच तशी परिस्थिती नाही. प्रोफेसर आहेत काही झालं तरी.''

"मग? सोडतो काय? आहेच प्रोफेसर मी. लाईफ मेंबर आहे. चार-दोन वर्षांनी प्रिन्सिपॉलही होईन.''

"तेच म्हणते मी. काय माणसं असतात एकेक पाहा म्हणजे झालं.''

प्रोफेसर कावळे रागाने लाल झाले. त्यांच्या जाडजूड नाकपुड्या एकसारख्या वरखाली होऊ लागल्या. त्यांचे लांबोळके तोंड आता अगदी चिडलेल्या गाढवासारखे दिसू लागले. त्यांच्या टकलावर एकाएकी घाम साचला. त्या बाटली-हलव्याच्या बायकोचा त्यांना अतोनात संताप आला. अरे, तुम्हाला कुणी सांगितला हा धंदा? बाटलीत पाणी भरून, दंडात सुया खुपसायचं सोडून ही उठाठेव कशाला? हा काय चावटपणा? गावातल्या कुणीही उठावं अन् आमच्या परिस्थितीबद्दल बोलावं? अन् तेही शिंत्र्यांच्या बायकोजवळ? म्हणजे कमाल झाली! झालं, आता ही बातमी शिंत्र्यांच्या कानापर्यंत नक्कीच पोचली असणार. तरीच परवा लेकाचा माझ्याकडे बघून उगीचच हसला. हरामखोर लेकाचा! आत्ताच कुठं प्रोफेसर झाला आहे. अजून सातशेच्या ग्रेडमध्ये गेला नाही तोवर ऐट केवढी! सारखा गुरगुरत असतो. जसे काही आपणच प्रिन्सिपॉल आहोत. त्याला हे बरं कोलीत मिळालं आणखी एक. काय लोक उपद्व्यापी असतात पण! कशात काही नसताना ही निष्कारण बदनामी आपली.

कावळ्यांच्या मनात एका क्षणात हे विचार येऊन गेले. त्यांच्या अंगाचा अगदी तिळपापड झाला. हलत राहिलेल्या नाकपुड्या सावरून घेऊन ते म्हणाले,

"मग? तू द्यायचंस की नाहीस तिला सणसणीत उत्तर?''

प्रोफेसरीणबाई ठसक्यात म्हणाल्या,

"मग सोडते की काय मी? शिंत्रीणबाईला मी तिथ्थंच नाकावर टिच्चून सांगितले की, हे सगळं खोट्टं आहे. तुम्हाला पाहिजेच असेल तर गंमत बघा. पातळाची मी आपली सहज चौकशी केली होती. पण आता घेऊनच दाखवते. म्हणजे चांगलं नाक ठेचेल म्हणावं!''

बायकोचा हा बाणेदारपणा पाहून कावळे खूश झाले. त्यांच्या तोंडावर या

कानापासून त्या कानापर्यंत हसे पसरले.

"बरी खोड मोडलीस! हा: हा:!"

"मग काय तर! अस्सा राग आला होता मला."

"येणारच... म्हणून तू निघाली होतीस होय खरेदीला?"

"सांगते काय मग?"

"अरेच्च्या!"

"मग? काय करू?"

"मग आण जा. जा, चांगली दोन घेऊन ये. रेशमीच काय, ती कसली हातमागाची नाही तर वूलनचीसुद्धा आण पाहिजे तर. दहा-पाच रुपये जास्त गेले तरी हरकत नाही."

हातमाग आणि वूलन नावाचे प्रकार बरेच महाग असतात, एवढे कावळ्यांना माहीत होते.

प्रोफेसरीणबाईंच्या तोंडावर नाराजी दिसली.

"नको बाई! तुमचे विम्याचे पैसे –"

"विम्याचं बघू मागाहून. विम्याचा हप्ता नाही भरला म्हणून काही माणूस मरत नाही. पुष्कळ पैसे यायचेत माझे. हलकट –" कावळ्यांचा संताप पुन्हा एकदा अनावर झाला.

"मघाशीच घेतलेत पैसे ते. आता तुम्ही म्हणताच आहात तर जाते बाई."

असे म्हणून प्रोफेसरीणबाई मोठ्या कष्टाने उठल्या. अगदी नाइलाजाने त्या कपाटाजवळ गेल्या आणि निरुपाय होऊन त्यांनी कपाटातले आणखी पैसे घेऊन पर्समध्ये टाकले. मग चपला मात्र त्यांनी घाईघाईने पायात अडकवल्या.

"बेबी आता येईल प्रॅक्टिकल संपवून. आल्यावर तिला खायला-प्यायला सांगा. तिला कुठं त्या वैद्यांच्या कुसुमकडं जायचंय वाटतं. तुम्ही पोहोचवा तिला अन् येताना घेऊन या, म्हणजे सोबतीचा प्रश्न नको."

"हो – हो. अजिबात प्रश्न नको."

"जमेल ना सगळं नीट? राहील ना लक्षात? नाही तर तुम्हीच पुन्हा खाल अन् तुम्हीच त्या वैद्यांच्या कुसुमकडे जाल. तिला बसवाल घरीच –"

"छट्! म्हणजे मला काय समजतेस काय तू?"

"बरं, मग जाते मी."

प्रोफेसरीण निघून गेल्या आणि कावळे थोडा वेळ खुर्चीत तसेच बसून राहिले. तास-अर्ध्या तासाने अठरा-एकोणीस वर्षांची बेबी कॉलेज आटोपून घरी आली. कावळ्यांनी निरोप सांगितल्यावर तोंड धुऊन तिने खायचे काम उरकले.

मग कपडे बदलून ती बाहेर जाण्यासाठी तयार झाली. प्रोफेसर कावळ्यांनीही

मग उगीचच तोंड धुतले. अंगात कोट चढवला. हातात छत्री घेऊन अन् उजव्या हाताला आपली सुंदर दिसणारी मुलगी घेऊन ते फिरायला बाहेर पडले. बेबीशी इकडचे-तिकडचे बोलत रस्त्याला लागले.

संध्याकाळ नुकतीच झाली होती. सरता उजेड आणि वाढता अंधार यांचे मजेदार मिश्रण वातावरणात झाले होते. रस्त्यावरचे दिवे आधीच लागलेले होते. रस्त्याने खूप गर्दी होती. टांगे, मोटारी यांची गर्दी उसळली होती. फूटपाथनेही सरसर चालणे कठीण झाले होते. त्या तशा गर्दीत कावळे बेबीला घेऊन मिसळले. रस्ता काढीत इकडे-तिकडे पाहत पुढे चालले.

''नमस्ते सर –''

कावळे एकदम दचकले. समोर पाहिले तो कॉलेजमधल्या पाच-सहा मुलांचे टोळके उभे होते. ही मुले कोण? बहुधा आपल्या कॉलेजमधली असावीत. त्याशिवाय नमस्कार करणार नाहीत. एखाददुसरा चेहरा पाहिल्यासारखा वाटतो....

सगळ्यांनी नमस्कार केल्यावर कावळ्यांनी पण नमस्कार केला. काहीतरी विचारायचे म्हणून त्यांनी विचारले,

''काय, कुणीकडं?''

''प्रॅक्टिस, क्रिकेटची सर. अंधार पडला म्हणून आत्ताच ग्राऊंडवरनं निघालो.''

''छान-छान! चालू द्या जोरात प्रॅक्टिस. यंदा शिल्ड मिळवलं पाहिजे हं तुम्ही.''

''दर वर्षीच मिळवतो की सर आपण. यंदाचं काय विशेष?''

''हो-हो. दर वर्षी मिळवतोच नाही का? तसंच यंदाही मिळालं पाहिजे हां.''

कावळ्यांनी चूक सुधारून घेतली. मग ते बोलणे टाळण्यासाठी त्यांनी विचारले, ''पण अभ्यासाकडं लक्ष आहे ना? नाहीतर खेळापायी वर्ष जाईल. सांभाळून खेळावं माणसानं. काय?''

त्या टोळक्यातील एक चुणचुणीत विद्यार्थी पुढे सरसावला.

''सर, तुम्ही सायकॉलॉजीला असल्यावर आम्हाला काळजीच नाही. तुमच्यामुळं विषय अवघड कसा तो वाटतच नाही.''

''ते झालं रे. पण अभ्यास आपला केलाच पाहिजे माणसानं.''

''तसा करतोच आहोत आम्ही –'' दुसरा बोलला. तिसरा मान हलवून म्हणाला, ''फार इंटरेस्टिंग तास होतो सर तुमचा. एक पिरिअडसुद्धा बुडवावासा वाटत नाही.''

''सरांची शिकवण्याची मेथडच निराळी.''

यावर, स्तुतीचा वर्षाव झाल्यावर थोर माणसे नेहमी जी गोष्ट करतात, तीच कावळ्यांनी केली. ते आपले गप्प उभे राहिले.

''चालायचंय. त्यात काय विशेष?'' असले शब्द ते मधून-मधून उच्चारीत

होते, इतकेच. पण एकंदरीत यंदा मुलांचा स्टफ बरा आहे, असे त्यांचे मत बनत होते. थोड्याशा गुदगुल्याही झाल्यासारखे वाटत होते.

असा कार्यक्रम सुमारे पाच मिनिटे सुरू राहिला. मग त्यातल्या चुणचुणीत विद्यार्थ्याने जवळ उभ्या असलेल्या कावळ्यांच्या कन्येला विचारले, ''काय, तुम्ही अगदी कशात भाग घेत नाही? निदान ड्रामामध्ये तरी पार्ट घ्या. आम्ही सगळे आहोतच.''

प्रोफेसर कावळ्यांची मुलगी बेबी दिसायला ठसठशीत होती, दहा जणींत उठून दिसावे असे तिचे रूप होते. त्यामुळे अर्थातच तिने 'ड्रामात' एखादा 'पार्ट' करावा, अशी मुलांची इच्छा असणे स्वाभाविक होते. किंबहुना, तिने कॉलेजच्या सर्वच 'ॲक्टिव्हिटीज'मध्ये भाग घ्यावा, अशी बऱ्याच मुलांची इच्छा होती. ही इच्छा त्यांच्या तोंडावर नेहमीच उमटत असे. पण बेबी फार लाजाळू होती. त्यामुळे कुणी काही बोलले तरी ती फारशी बोलत नसे. मान खाली घालून ऐकून घेई आणि एखादाच शब्द बोले.

आजही तिने मान खाली घातली आणि हळूच उत्तर दिले,

''मला नाटकातलं काय कळतं?''

''वा, वा! असं कुठं झालंय? हिरोईनचं काम तुम्ही उत्तम कराल. माझी खात्री आहे. तुमचा फेस फारच मोबाईल आहे बुवा. स्क्रीनलासुद्धा तुम्ही छान दिसाल.''

हे ऐकल्यावर बेबी फारच लाजली. तिच्या गालांवर संध्या रंगाच्या निरनिराळ्या छटा झर्रकन उमटून गेल्या. तोपर्यंत कावळ्यांच्या आरतीत सामील झालेला आणखी एकजण हळूच या संभाषणात घुसला.

''मी कवी कमलेश.''

''खंडू बोडके –'' पहिल्याने खुलासा केला.

''आमच्या वाङ्मय मंडळात तुम्ही यावं, अशी आमची फार इच्छा आहे. तुम्ही कविता करता का?''

बेबी संकोचाने म्हणाली, ''नाही बाई.''

''अर्रर्रर्र!... मला तर वाटलं, तुम्ही चांगल्या कवियत्री असल्या पाहिजेत. कराल तुम्ही. फार सुंदर कविता कराल. माझी खात्री आहे. अवश्य या वाङ्मय मंडळात. मी मदत करीन तुम्हाला. काळजी करायचं कारण नाही.''

''विचार करते.''

''तुम्ही विचारच फार करता बुवा. थोडा अविचार करा आता, अविचार.'' डोळे मिचकावून कवी कमलेश आपल्या विनोदावर खूश होऊन हसले. शेजारचे नटवर्यही हसले. यामुळे बेबीलाही निरुपायाने तोंडाची घडी मोडावी लागली. पलीकडे उभे असलेले एक क्रिकेटपटूही कान पाडून हा संवाद ऐकतच होते. शक्य असते तर

त्यांनी बेबीला क्रिकेट टीममध्ये येण्याचाही आग्रह केला असता. पण ती शक्यता नव्हती. हसण्याची ही लाट अंगावर घेत तोही मग या संभाषणात सफाईने सामील झाला. हळूहळू उरलेलेही एक-दोघे या घोळक्यात आले आणि काहीतरी बोलत राहिले. त्या सर्वांच्या बोलण्याची गोळाबेरीज इतकीच होती की, मिस् कावळे या फार सुंदर आहेत, त्यामुळे अर्थातच हुशार आणि कलावंत आहेत. तेव्हा त्यांनी कॉलेजचे नाटक, वाङ्मय मंडळ यातच नव्हे तर राष्ट्रभाषा प्रचारसभा, प्लॅनिंग फोरम, सोशल सर्व्हिस लीग, गेम्स, वक्तृत्व सभा इत्यादी सर्वच कार्यक्रमांत भाग घेणे आवश्यक आहे. त्या बाबतीत तिला काही अडचण असेल, तर ही सर्व तरुण मंडळी तिला साह्य करायला एका पायावर तयार आहेत.

या गप्पांत पंधरा-वीस मिनिटे सहज गेली असावीत. तोपर्यंत प्राध्यापक कावळे बाजूला एकटेच उभे होते. मुलांनी केलेल्या प्रशंसेमुळे त्यांच्या अंगावर जे रोमांच उभे राहिले होते, ते अजून अंगावरून नाहीसे झाले नव्हते. तथापि, त्यांच्या संभाषणाचे काही तुकडे कानावर पडत होते. आपल्या मुलीच्या अंगी इतक्या बहुमोल गुणांची गर्दी झालेली असेल, याची त्यांना कल्पना नव्हती. त्यामुळे त्यांना थोडेसे विलक्षणही वाटत होते.

उभे राहून-राहून कावळ्यांच्या पायाला चांगलीच रग लागली तेव्हा त्यांचे रोमांच नाहीसे झाले. एकटेच बाजूला थांबून आपल्याला फार कंटाळा आला आहे, हे त्यांच्या ध्यानात आले. शेवटी ते म्हणाले,

"बराय मग, आम्ही जातो पुढं."

पण कावळ्यांच्या बोलण्याकडे कुणाचे लक्षच गेले नाही. त्यांच्या गप्पागोष्टी तशाच पुढे सुरू राहिलेल्या दिसल्या. तेव्हा कावळे अस्वस्थ झाले. चुळबूळ करीत जागच्या जागी उभे राहिले. मग थोड्या वेळाने फूटपाथवरून इकडेतिकडे फेऱ्या घालू लागले. अखेरीस बेबीने ते पाहिले आणि तिने चट्दिशी काही तरी बोलून घाईघाईने सगळ्यांचा निरोप घेतला. एक मोठा सुस्कारा सोडून कावळे आपल्या कन्येबरोबर पुढे चालू लागले.

थोडेसे पुढे गेल्यावर बेबी म्हणाली,

"भारीच बाई मुलं चिकट. असं 'सळो की पळो' करून सोडलं मला त्यांनी–"

कावळे हसले. त्यांनी डोळे मिचकावले.

"अगं, त्याला कारण आहे –"

बेबीचे तोंड एकदम लालेलाल झाले.

"ठाऊक नाही तुला?"

बेबीने नुसती मान खाली घातली.

"ही पोरं मोठी लबाड असतात. तुझी स्तुती करीत होती ना, कारण मला खूश

करायचं होतं त्यांना. का म्हणून नाही विचारलंस?''

''का?''

''परीक्षा आल्यात ना जवळ. आता मी एक्झॅमिनर आहे. म्हणून माझी आपली ओळख असावी. समजलं?''

''हं.''

''अगं, आम्ही बरोबर ओळखतो सगळं. 'उडती चिडियां की' –'' कुठल्या तरी हिंदी चित्रपटातील एक सुंदर वाक्य कावळ्यांना एकदम आठवले. पण पुढे न आठवल्यामुळे ते त्यांनी तसेच सोडून दिले.

शहाणी बेबी गप्प राहिली. काही न बोलता दोघेही पुढे चालू लागले. कावळे पुढे मनुष्यस्वभावाच्या आणखी काही मौजा सांगणार होते. पण त्यांच्याच कॉलेजमधले एक तरुण प्राध्यापक समोरून भराभर चालत येताना दिसले, तेव्हा ते थांबले. त्यांच्याकडे पाहू लागले. त्या प्राध्यापकांनी आपल्याला पहिलेले नाही, अशी त्यांची खात्री पटली. कारण कावळ्यांकडे न बघता ते तसेच पुढे चाललेले होते. मग एकाएकी त्यांचे लक्ष कावळ्यांच्या आसपास गेले आणि ते एकदम थांबले. तोंड हसतमुख करून त्यांनी कावळ्यांना नमस्कार केला. अत्यंत नम्रतेने विचारले,

''काय कावळेसाहेब, फिरायला का?''

''हो. हां, फिरायलाच! तुम्हीसुद्धा –''

''फिरायलाच.''

''अहो, या वयात एकटेएकटे काय फिरताय? आं? काय कुलकर्णी? आता 'सह' हिंडा, सह.''

कावळ्यांना आपल्या विनोदाने गदगदून हसू आले. कुलकर्णींनाही तो विनोद फारच मार्मिक वाटला असावा. कारण तेही खूप छान हसले. हसता-हसता त्यांनी कावळ्यांच्या कन्येकडे चार-दोनदा रोखून पाहिले आणि मग ते पुन्हा हसत राहिले. हसणे संपल्यावर ते म्हणाले,

''परवाच तुमचा लेख वाचला त्या ह्या मासिकात – अप्रतिम आहे.''

कावळ्यांच्या चेहऱ्यावर एकदम टवटवी आली.

''कोणत्या मासिकातला म्हणालात?''

कुलकर्णी जरा गोंधळले. आठवणीत आणण्याचा प्रयत्न करीत म्हणाले, ''अं... मला वाटतं... 'मानस-दर्पण' असेल.''

''छे: छे:! ते भिकारडं मासिक –?''

''मानस-दर्पण अगदीच रद्दी मासिक बुवा. तरी म्हटलं, तुमचा लेख त्यात कसा येईल?''

''नाही, पूर्वी मी लिहिलं आहे त्यात –''

"खरं आहे, पहिल्यांदा बरं निघायचं मासिक."
"आता पण त्यात दम नाही राहिला."
"अगदी गचाळ हो, वाचवत नाही."
"माझा लेख 'विद्यार्थी आणि मानसोपचार' असा होता. तोच म्हणताय ना तुम्ही?"
"तोच. बरोबर."
"तो 'विद्यार्थी-जगत'मध्ये आलाय!"
"आता आलं लक्षात. मघापासून मी नाव आठवतो आहे. फारच छान! मी दोनदा वाचला."
"मी त्या लेखात असा मुद्दा मांडला आहे बरं का –" असे म्हणून कावळे कुलकर्णी यांना आपला नवा मुद्दा सांगू लागले आणि कुलकर्णीही त्यात रंगून गेले. फक्त मधूनमधून ते कावळ्यांच्या मुलीकडे कटाक्ष टाकीत होते, इतकेच. कावळ्यांचा मुद्दा पाच मिनिटे झाली तरी संपला नाही तेव्हा, बेबी कंटाळली. ती म्हणाली,
"दादा, मी जाऊ का पुढं?"
कावळे थोडेसे त्रासून म्हणाले,
"थांब गं थोडं. झालं, एवढं बोलतो अन् मग निघूच आपण."
कुलकर्णी आपुलकीच्या दृष्टीने पाहत म्हणाले,
"का हो, कंटाळलात काय? कावळे भेटले म्हणजे आम्हाला तर असं होतं की किती बोलावं अन् किती नाही. त्यांचं बोलणं म्हणजे ट्रीट असते ट्रीट."
बेबी काही बोलली नाही. तिने थोडेसे हसल्यासारखे केले. मग शेपट्याचा चाळा करीत ती कावळ्यांकडे पाहत म्हणाली,
"कुसुमकडे जायला उशीर होईल मला."
"थांब थोडं –"
असे म्हणून कावळे पुढे कुलकर्णींना आपला मुद्दा सांगू लागले. कुलकर्णींना एकाएकी जांभई आली. ते बेबीला म्हणाले,
"तुम्ही लॉजिकच घेतलं आहे ना? तुम्हाला पाहिल्यासारखं वाटतंय वर्गात."
"हो."
"मग काही डिफिकल्टी असली तर विचारीत चला. संकोच करू नका. मुलांना तर मी सांगतच असतो. घरी येऊनसुद्धा मला त्रास द्यायला हरकत नाही."
"हो."
हळूहळू कुलकर्णी बेबीशीच बोलू लागले आणि कावळे पुन्हा एकटेच बाजूला उभे राहिले. या पाच-दहा मिनिटांत त्यांनी बऱ्याच गोष्टी केल्या. रस्त्यावरचे एकूण दिवे मोजले. एका दगडाला लाथ मारली आणि त्याला पुढे ढकलीत एक शाळकरी

पोरगा रस्त्याने चालला होता, त्याचा त्यांनी दृष्टीने पाठलाग केला. मग एक-दोन बायांकडे न्याहाळून पाहिले. शेवटी ते कुलकर्णींना म्हणाले, ''खरं म्हणजे रस्त्यावर उभं राहून सांगायचा विषय नाही हा.''

''तेच म्हणतो मी.'' कुलकर्णी गंभीरपणे बोलले, ''केव्हातरी निवांत बसून हे सगळं ऐकायचं आहे मला. मला तरी ते मोठं इम्पॉर्टंट वाटतं बुवा. मग कुणी काही म्हणो.''

कंटाळलेल्या कावळ्यांना पुन्हा हुरूप आला.

''मग असं करा ना – घरी या. सवडीनं स्वस्थपणे डिस्कशन करू.''

हे ऐकल्यावर कुलकर्णींचा चेहरा समाधानाने निथळला. जणू काही बोलायला आपण उशीर केला तर कावळे आपले निमंत्रण माघारी घेतील, अशा घाईघाईने ते म्हणाले, ''वा वा! जरूर. या रविवारीच येईन मग मी. तुम्ही दोघेही असाल ना घरी?... ठीक आहे. मग नक्की येतो. बराय, नमस्कार.''

''नमस्कार.''

दहा-पाच पावले पुढे गेल्यावर कावळ्यांनी पुन्हा एकदा मागे वळून पाहिले. मग ते संतोषाने मान हालवून म्हणाले,

''चांगला पोरगा आहे. हुशार अन् नम्र. माणसाचं अगत्य तर चांगलंच दिसतंय; नाही?''

बेबी म्हणाली, ''हो.''

''वर्गात कसा काय शिकवतो?''

''बरे आहेत. सारखे बायकांच्यावर विनोद करीत असतात. मला नाही आवडत.''

''अगं, वर्गात हल्ली ते लागतंच थोडंसं.''

असे म्हणून कावळे बेबीला वर्गात शिकवण्याच्या कलेचं रहस्य सांगणार होते. पण तेवढ्यात आणखी काही तरुण मंडळींनी त्यांना नमस्कार केला. त्यामुळे ते बोलायचे पुन्हा थांबले. या मंडळींनी कावळ्यांच्या कुठल्या तरी व्याख्यानाची आठवण काढली. ते किती चांगले झाले होते, याचे रसभरीत वर्णन केले. मग त्यांनी थोडा वेळ बेबीशी गप्पा मारल्या. ते आटोपल्यावर आणखी काही मंडळी पुढे भेटली. तीही याच पद्धतीने मार्गस्थ झाली. दोन फर्लांगाच्या प्रवासात मुक्कामाचे तीन-चार टप्पे झाले तेव्हा मात्र बेबी कंटाळली.

''दादा, आता नाही थांबत मी. इथून अगदी जवळच आहे कुसुमचं घर. मी जाते एकटी.''

''जातेस?''

''नाही तर काय? तुमच्याबरोबर फिरायला आले की नेहमी अस्सं होतं. इतकी माणसं भेटतात.''

प्रोफेसर कावळ्यांना तिचे बोलणे एकदम पटले. असे झाले होते खरे. ज्या-ज्या वेळी बेबी बरोबर फिरायला येई, त्या-त्या वेळी माणसे खूप भेटत. कावळ्यांशी खूप गप्पा मारीत. मोठा गमतीदार योगायोग म्हणायचा. बेबीचा पायगुण मोठा विशेष होता... या योगायोगाचे कौतुक करीत ते म्हणाले,

"पण आता अंधार झालाय. परत कशी –"

"त्यांचा सुभाष आहे ना, तो पोचवील मला –" बेबीचा चेहरा नकळत लाल झाला.

"वा वा:! सुभाष ना? फार चांगला मुलगा. मला ठाऊक आहे. परवाच तो मला सांगत होता माझ्या टीचिंगबद्दल. ते तास अजून विसरलो नाही म्हणत होता. फार चांगला!"

कावळ्यांनी समाधानाने मान डोलावली आणि त्यांचा तोच होकार धरून बेबी झपाझपा गेलीसुद्धा.

प्रोफेसर कावळे मग लवकरच परत फिरले. आता चांगला अंधार झाला होता. पण रस्त्यावरची गर्दी अजून कमी झाली नव्हती. मोटारी भरधाव वेगाने चालल्या होत्या.

फूटपाथवरून माणसे घाईघाईने चालली होती. त्या गर्दीतून वाट काढत कावळे परत घराकडे निघाले. गर्दीत अनेक ओळखीचे चेहरे दिसले. पण बेबी म्हणाली तेच खरे. योगायोग! काही जण झपाझप पुढे गेले. काहींनी अगदी जवळून जाऊनही कावळ्यांना पाहिलंच नाही. एक-दोघांना कावळ्यांनी हाकाही मारल्या. पण त्या गर्दीत कुणाला ऐकूच आल्या नाहीत. एकूण काय की, कावळ्यांना कुणी भेटले नाही. आणि मग 'मानसशास्त्र आणि योगायोग' या नव्या लेखाचे चिंतन करीत प्रोफेसर कावळे हातातील छत्री सांभाळीत एकटेच घराकडे चालले.

◻

रघोबा : एक स्वातंत्र्यसैनिक

रघू काळे आता आजोबा झाला आहे. त्याच्या मुलीला दोन मुलं झाली आहेत. पोराचंही लग्न त्यानं करून टाकलं आहे. दाढा पडलेल्या आहेत. समोरचे एक-दोन दातही दिसत नाहीत. आधीच लुकडा – नाकेला असलेला रघू आता अगदी पारशी माणसासारखा दिसतो. सिगारेट ओढू लागला म्हणजे त्याची मुद्रा मातीचा पुतळा करून बसवलेल्या भुलोजीबुवासारखी गमतीदार होते. पानतंबाखू खायची सवय त्याने सोडून दिली आहे. खलबत्त्यात कुटलेले नुसते पान तो खातो. मलाही कुटलेल्या पानाचा लालभडक गोळा देतो.

गेल्या वर्षी गावाकडे गेलो होतो. नेहमीच्या पद्धतीप्रमाणे नेहमीच्या जुन्या दोस्तांकडे एकेक चक्कर टाकली. थोड्याफार गप्पा मारल्या. रघूकडे गेलो तेव्हा तो खलबत्ता कुटीतच बसला होता. लालबुंद पानाचा गोळा त्याने माझ्या हातात ठेवला.

"हं, घ्या दादा, मस्त जमलंय पान."

मी अजून रघूला रघूच म्हणतो. पोरंबाळं, बायको जवळ असली तर, 'रघोबा'. पण रघू मात्र गेली अनेक वर्षं मला अहो-जाहो करतो. 'दादा-दादासाहेब' म्हणून हाक मारतो.

"हं, काय रघोबा, काय खबरबात?" मी पान खाऊन त्यावर तंबाखूची चिमूट सोडली.

"फक्कड चाललंय."

असे म्हणून रघूने पुष्कळ इकडच्या-तिकडच्या गोष्टी सांगितल्या. पेठेतल्या एका दुकानात रघू मुनीम आहे. मालकाच्या चिक्कूपणाच्या गोष्टी हा त्याचा नेहमीचा विषय. मग बायको परवा सुनेबद्दल काय म्हणत होती, पोरगा काही कसा उद्योग करीत नाही, दिलेल्या नोकऱ्या टिकवीत नाही, सध्याच्या परिस्थितीत कसं भागत

नाही. अनेक गोष्टी – खरे म्हणजे, या सगळ्या गोष्टी कटकटीच्या. पण रघू शांतपणे आणि मजेत सगळे सांगत होता. कसलीही कुरकूर नाही. वर पुन्हा – 'फक्कड चाललंय' – म्हणायची तयारी. आणि हे सगळं अगदी मनापासून.

"परवा दादा, अशी मजा झाली म्हणता –" रघू जवळ आलेल्या बायकोला चहाची ऑर्डर देऊन म्हणाला, "आम्ही अन् मंडळी फिरायला गेलो संध्याकाळचं. परत येताना ते उडप्याचं हॉटेल दिसलं – म्हणजे जातानाही होतंच तिथं. पण येताना लक्ष गेलं आपलं, एवढंच – बायको म्हणाली की बरेच दिवसांत आपण घावन खाल्लं नाही, नाही? म्हणलं, चल खाऊ या. बसलो की फॅमिली रूममध्ये जाऊन. तुम्ही फॅमिली रूममधी कधी बसलात का नाही दादा? फार मजा असती. तर सांगायची गोष्ट म्हणजे, आम्ही घावन खायला लागलो, तर पलीकडच्या रूममधून ओळखीचा आवाज. खाऊन झाल्यावर उठलो. बाहेर पडताना म्हणलं, कोण आहे बघावं तरी. सहज वरच्या दारातनं नजर टाकली. बघतो तर आमचे चिरंजीव अन् सूनबाई! ती दहीमिसळ खातीय अन् चिरंजीव शिग्रेट ओढताहेत. आता बोला! म्हणलं, चला बाहेर पडा लवकर. त्यांनी पाहिलं तर आपल्यालाच लाजल्यासारखं होईल. अशी विद्वान कार्टी आहेत."

रघोबांनी पानाचा गोळा तोंडात टाकला. अजून तिथंच उभी असलेली बायको तोंडाला हात लावून हसू लागली. मलाही त्या दोघांकडे बघून आणखी हसू येऊ लागले. चहा घेता-घेता मी विचारले,

"आणखी का खबरबात रघोबा?"

"अरे हो! तुम्हाला सांगायचं राहिलंच दादा –"

"काय रे?"

"स्वातंत्र्यसैनिक म्हणून पेन्शन मिळावं म्हणून, अर्ज केलाय मी."

मी चकित झालो.

"स्वातंत्र्यसैनिक? तू कुठला रे स्वातंत्र्यसैनिक रघू?"

"वा! तुम्ही कमाल केलीत दादा!" रघूची मुद्रा पूर्णपणे गंभीर होती.

"मागं हैदराबाद सत्याग्रह झाला, त्या वेळी मी नव्हतो का गेलो सत्याग्रहात? दोन महिने जेल भोगलेला आहे महाराज. आठवत नाही?"

आता मला आठवले. एकेक जुन्या आठवणी मनात गोळा झाल्या.

रघू माझ्यापेक्षा तसा पाच-सात वर्षांनी मोठा. पण घरची गरिबी आणि उनाडपणा यामध्ये गोते खात स्वारी माझ्या वर्गात दाखल झाली होती. रघ्या वार लावून जेवत होता, पण त्याची कसलीही खंत त्याला नव्हती. आपण शिकलं पाहिजे, ही ओढही नव्हती. जिथं जेवायला जायचं तिथल्या लोकांच्या नकला करणं, टिंगल करणं, अभ्यासाच्या बाबतीत प्रामाणिकपणे अंगचोरपणा करणं – हे रघूचं वैशिष्ट्य. अत्यंत

व्रात्य आणि उपद्व्यापी बाळ. एकदा मास्तर त्याला म्हणाले,

"जा रे काळ्या, टोल देऊन ये घंटेचा."

मराठी शाळेत प्रत्येक तास संपल्यावर घंटेचा टोल पडायचा. शाळा सोडायची असली तर गजर करायचा. शिपाई कुठं बाहेर गेला होता म्हणून मास्तरांनी या थोराड पोराला ते काम सांगितलं. रघ्याने पळत-पळत जाऊन लाकडी हातोडा उचलला आणि ठाण्‌ठाण्‌ठाण् करून जोरात गजर करून टाकला. 'हेऽऽऽ' करून सगळ्या वर्गांतली पोरं वर्गातनं सुटली. दप्तरं घेऊन पळापळ. दुपारी तीनलाच रघ्याने शाळा सोडली. सगळे मास्तर हतबुद्ध होऊन हा गोंधळ बघत उभे नुसते.

आमच्या मास्तरांनी रघूला त्यानंतर मरेस्तोवर ठोकले. सपासप छड्या हाणल्या. रघूने त्या मुकाट्याने खाल्ल्या. मागाहून शाळेबाहेर पडल्यावर दात काढून मला म्हणाला,

"काय मजा झाली रे च्यायला –"

खरं म्हणजे, ती गोष्ट मुद्दाम केली नव्हती. चुकून त्याने गजर केला. पण सपाटून मार खाऊनही त्याला त्याची फक्त मजा वाटली.

रघूच्या हातून काही गोष्टी चुकूनही होत. पण उपद्व्यापी म्हणून प्रसिद्ध असल्यामुळे रघू ते मुद्दामच करतो, असे मास्तर गृहीत धरीत. त्याला बदडून काढीत. एकदा शाळा सुटल्यावर पोरापोरांची भांडणं, गुद्दागुद्दी सुरू झाली. एका पोरानं रघ्याच्या अंगावर हातातली दौत भिरकावली. दौतीत फारशी शाई नव्हती आणि रघूने नेम चुकवलाही. पण इरेसरीत त्यानेही आपली भरलेली दौत त्या पोराच्या दिशेने फेकली. पोरगं एकदम खाली बसलं. दौत भिरभिरत जी पलीकडं गेली ती मागनं येत असलेल्या मास्तरांच्या थेट छातीवर उपडी झाली. त्यांचा सबंध शर्ट निळ्या शाईनं भरला.

याही उपद्व्यापाबद्दल रघूने सपाटून मार खाल्ला! त्याला शाळेतून काढून टाकायचेच फक्त बाकी राहिले होते. रघूची आई हातापाया पडली. रघ्यानेही नाक घासले. मग मास्तरांनी तो विषय संपवला. मागाहून चार दिवसांनी हसतमुखानं रघू म्हणतो कसा –

"मास्तर न्हाईतरी पैशाला चिकटच आहे. कधी इस्त्रीचा सद्रा घालत नाही. त्याला इस्त्रीचा, भट्टीचा खर्च करायला लावला का नाही पठ्ठ्यानं?... मग?...."

रघोबा असे नाना कळा असलेले चिरंजीव होते.

पुढं मी इंग्रजी शाळेत गेलो. हळूहळू मॅट्रिक होऊन पुढच्या शिक्षणासाठी गाव सोडले. नंतर मात्र रघूची आणि माझी दोस्ती विरळ झाली. रघूने पुढे दोन-तीन वर्षं फायनलच्या परीक्षेशी झोंबाझोंबी केली. मग त्याने तो नादच सोडून दिला. मग वर्तमानपत्र विक, ह्यांच्याकडं काम कर, त्याच्याकडं काम कर – अशी एक-दोन

वर्षं गेली. मधेच हैदराबाद सत्याग्रहाची चळवळ निघाली. गावातली पुष्कळ तरुण पोरं सत्याग्रहात गेली. मोगलाईतल्या तुरुंगात जाऊन खितपत पडली. कसं काय कोण जाणे, पण रघोबाही त्यात गेले. मी त्या वेळी शाळेत होतो.

दीड-दोन महिन्यांनी सुटून आल्यावर रघू मला भेटला होता. त्याचा चेहरा खंगला होता. पण तुरुंगाच्या अनेक गमती तो मला सांगत होता. नंतर पुष्कळ दिवसांनी मी त्याला विचारले, "रघ्या, तू सत्याग्रहात कसा काय गेलास?"

रघूने चेहरा विचारमग्न केला.

"त्याचं काय झालं बरं का, सत्याग्रहात जाईल त्याला इथले लोक नवे कपडे द्यायला लागले. दोन सद्रे, दोन चड्ड्या. नाही तर धोतरजोडी, एक घोंगडे. झालंच तर आपलं टोपी."

"बरं, मग?"

"माझ्याजवळ काहीच नव्हतं. कपडे फाटलेले, धोतर तर नाहीच. पण चड्ड्याही ढुंगणावर गेलेल्या. मी म्हटलं, मला द्या. मी पण जातो सत्याग्रहात."

"शाब्बास पठ्ठे!"

"शिवाय कुणी तरी आम्हाला भरवून दिलं, 'अरे जा की! हितं तरी काय आहे घरात तुमच्या? तिथं जाईपर्यंत भरपूर खायला. आपली चंगळ नुसती. अन् तुरुंगातही पोटभर खायला मिळतं.'!"

त्या शाळकरी वयातही मी थक्क झालो. सत्याग्रहाचं वातावरण त्या वेळी गावात चाललं होतं. सभा होत होत्या. मिरवणुका निघत होत्या. वर्तमानपत्रात रोज बातम्या भरपूर येत होत्या. पुढाऱ्यांचे तेजस्वी उद्‌गार येत होते. ते वाचून आमची मने भारावून जात होती. या सगळ्या गोष्टींत रघूचे हे बोलणे नाही, म्हटले तरी विचित्र वाटत होते.

"पण बाकीचे सुटून नाही आले रे अजून?"

"त्यांना वर्षावर्षांच्या शिक्षा झाल्यात."

"तुला नाही झाली?"

"झाली होती की. चांगली दीड वर्षांची झाली होती."

"मग?"

"मग काय?"

"मग इतक्या लवकर तू परत कसा आलास?"

रघू बेरकीपणानं हसला. काही बोलला नाही. नंतर गावात चाललेली कुणकुण मी ऐकली. रघ्या माफी मागून सुटला होता. जो माफी मागील, त्याची ताबडतोब सुटका करायची, हे धोरण निजाम सरकारने ठेवलेले होते. अनेकांची सुटका झाली होती. रघूनेही दोन महिन्यांनंतर माफी मागून टाकली. सरकारने त्याला गाडीत

बसवून दिले. रघ्याही गावात दाखल झाला. मला हे कळल्यावर रघूचा फार राग आला. सत्याग्रही वीराने माफी मागून स्वत:ची सुटका करून घेणे, हे आमच्या पुस्तकी ज्ञानात बसत नव्हते. 'की घेतले व्रत न हे आम्ही अंधतेने' या कविता आम्ही त्या वेळी ओरडून-ओरडून पण मनापासून म्हणत होतो. रघू भेटल्यावर मी त्याची फक्त निर्भर्त्सना केली, तेव्हा तो मख्खपणे म्हणाला,

"मग काय करणार? उगीच लोकांनी च्यायला भरवून दिलं आम्हाला. असं खायला मिळंल अन् तसं खायला मिळंल. काही नाही. कसलं बेकार अन्न तुरुंगातलं ते. घास गिळंना."

"म्हणून काय झालं?"

"वा! तुला काय होतंय म्हणायला?... त्यानंतर एकदा सत्याग्रहींना बेदम चोपलं निजामी पोलिसांनी. रक्तबंबाळ झाले एकेक. मीही उगीच्या उगीच चार तडाखे खाल्ले काठीचे. म्हणलं, बास झालं आता. पळा बाहेर... माफी मागितली अन् सुटलो."

मी जोरजोरात निषेध करण्याचा प्रयत्न केला. पण ते त्याने मुळीच मनावर घेतले नाही. चेहरा हसतमुख करून तो म्हणाला,

"तशी तुरुंगात फार मजा आली हां! अरे, आत जातानाच धमाल उडाली –
"

"काय, झालं काय?" मी उत्सुकतेने विचारले. दोन मिनिटांपूर्वीचा निषेध वगैरे मी साफ विसरून गेलो.

"तुरुंगाच्या बाहेर आम्ही पाच-पंचवीस जण लाईन लावून उभे होतो. कुणी तरी मुसलमान जमादार खुर्चीवर बसला होता. बोकडासारखी दाढी साल्याची. हॅ हॅ!... तो काय करायचा, कसलं तरी रजिस्टर होतं त्याच्या हातात. त्यात आमचं नाव-गाव, वर सगळी माहिती विचारायचा. उर्दूत उलटं लिहायचा. मग म्हणायचा, अच्छा, जाव अंदर...."

"मग?"

"एक-दोन जण झाले. मग आले आपले नारायणाचार्य –"

"हां हां –"

नारायणाचार्य मला माहीत होते. नारायणाचार्य वैष्णव हे गावातले जुन्या वळणाचे भिक्षुक गृहस्थ. कथा-कीर्तनं करून उदरभरण चालायचं. तेही सत्याग्रहात गेले होते. मला ऐकून माहिती होती.

"बरं मग, पुढं काय झालं?"

"पुढं काय? त्या दाढीवाल्यानं विचारलं की – 'तुम्हारा नाम?' हे म्हणाले, 'नारायणाचार्य'. त्यानं तोंड वेडेवाकडे करून कसं तरी ते उर्दूत लिहिलं बाबा. मग

म्हणाला, 'तुम्हारे वालिद का नाम?' हे म्हणाले, 'अनिरुद्धाचार्य.' '' दाढीवाला खेकसला,

''क्या?''

''अनिरुद्धाचार्य.''

''फिरसे बोलो.''

''अ-नि-रु-द्धा-चा-र्य.''

''क्या नाम भी एकेक होते है साले –'' असं म्हणून त्यानं तोंड वाकडं करीत कसंतरी ते वहीत लिहिलं. त्यांना दिलं आत पाठवून. हा सगळा संवाद ऐकला की आमच्या लायनीतल्या लोकांनी. त्यांना मजाच वाटली. आम्ही म्हटलं, ''चला रे, ह्या दाढीवाल्याची जरा मजा करू या.'' बाळ्या कुलकर्णी सगळ्यात पुढं. त्याला विचारलं, ''तुम्हारा नाम?''

बाळ्या म्हणाला,

''प्रद्युम्नाचार्य.''

''क्या? –'' दाढीवाला असा खिंकाळला म्हणतोस! आम्ही सगळे खॅ: खॅ: करून हसायला लागलो.

''नाम बताव सिधे.''

''बताया ना, प्रद्युम्नाचार्य.''

घेतलं बुवा कसं तरी वेडवाकडं लिहून. मग त्यानं विचारलं, ''अच्छा, वालिद का नाम?''

''धृष्टद्युम्नाचार्य.'' बाळ्या शांतपणे म्हणाला.

तो जो संतापला... बाळ्याला म्हणाला,

''जाव-जाव अंदर. चिल्लाना मत.''

मग मला विचारलं, ''तुम्हारा नाम?'' आम्ही तयारच. मी सांगितलं,

''राघवेंद्राचार्य –''

''जाव अंदर –'' तो दाढीवाला असा ओरडला म्हणतोस! वही बंदच केली त्यानं.

''सब चार्य लोग अंदर भागो. बकवास मत करो.''

सत्याग्रहात लोकांनी दाबून खोटी नावं सांगितली होती, हे मला ऐकून माहीत होते. पण ह्यात इतक्या गमतीजमती झालेल्या असतील याची कल्पना नव्हती. खरेखोटे कोण जाणे, पण रघ्याने सांगितलेली हकिगत ऐकून हसू मात्र फार आले. आम्ही दोघंही पोट धरधरून हसत राहिलो. त्या गडबडीत रघूचे माफी-प्रकरण मी पार विसरून गेलो. रघू अशा काही गोष्टी आठवून-आठवून सांगायचा. खूप हसू यायचे. हळूहळू त्याची माफी मला महत्त्वाची वाटेनाशी झाली.

या गोष्टीला किती वर्षं लोटली. माझे शिक्षण संपले. अनेक नोकऱ्या झाल्या. लग्न तर झालेच आहे. पण पोरंबाळंही झाली. बघता-बघता काळ्याचे पांढरे केस झाले. रघूनेही नाना धंदे केले. त्याचं लग्न तर लवकर झालं. पोरंही लवकर आणि पुष्कळ झाली. पेठेतल्या दुकानात मुनीमाचं काम करून त्यानं नोकरीचा रौप्यमहोत्सव साजरा केला. मुलीला मुलं झाली. घरात सून आली. दात पडले. नाक पारशासारखे पुढे आले. आणि आज रघू मला सांगतो आहे –

"स्वातंत्र्यसैनिक म्हणून मी अर्ज केलाय. पेन्शन मिळावं म्हणून."

आता काय बोलायचं?

नंतर सहा महिन्यांनी रघोबा एकदा आळंदीच्या वारीला म्हणून पुण्याला येऊन गेले. स्वातंत्र्यसैनिक म्हणून मान्यता मिळावी यासाठी आपली काय काय खटपट सुरू आहे, त्याचे वर्णन ते करीत होते. मधूनमधून हळहळत होते. "आयला, आमच्याबरोबर असलेल्या कितीतरी धश्चोटांना पेन्शन मिळालं. दोनशे रुपये महिना अविच्छिन्न सुरू झाले. आम्हीच बसलोय अजून बोंबलत."

मला एकदम आठवले.

"अरे, पण तू माफी मागून सुटला होतास ना? मग माफी मागितलेल्या माणसाला सरकार कशी मान्यता देईल? पेन्शन कसं मिळेल?"

माझी कीव केल्यासारखी दृष्टी टाकून रघू म्हणाला,

"ते कुणाला माहीत आहे इतक्या वर्षांनंतर? मला काळजी एवढीच होती की, तुरुंगात तसं काही लेखी अजून आहे काय? पण नाही, काही सापडलं नाही."

"म्हणजे? तू चौकशी केलीस सगळी?"

"तर!"

रघूने मधल्या सगळ्या उपद्व्यापाची पद्धतशीर माहिती ऐकवली. रघोबा अर्ज करून नुसते स्वस्थ बसले नव्हते. लेखी पुरावा द्या, असे सरकारी पत्र आल्यावर ते कामाला लागले. ज्या ठिकाणी ते तुरुंगात होते, त्या तुरुंगात जाऊन तुरुंगाधिकाऱ्यांना भेटून तिथलं सगळे रेकॉर्ड पालथं घालायला लावलं होतं. माफी मागितल्याची कुणाचीच माहिती फारशी सापडली नव्हती. किंबहुना, कसलीच माहिती तिथं आता इतक्या वर्षांनी शिल्लक नव्हती. रघोबाचे कैदी म्हणून नावही सापडत नव्हते. रघूला त्याचीच हळहळ वाटत होती.

"बायकोला मुद्दाम बरोबर नेलं होतं मी. तीसुद्धा म्हणायला लागली मग, खरंच तुम्ही तुरुंगात गेला होतात, का उगीच थापाथापी करताय? म्हणलं, चल, तुला प्रत्यक्ष दाखवतो. तुरुंगातली सगळी जागा एकेक वर्णन करून दाखवली. जेलर-साहेबाला मी म्हणलंदेखील. इथं ती विहीर आहे ना, तिच्यात आम्ही आमची टमरेलं टाकली होती जाताना. टमरेलावर नाव घातलेलं होतं. अजून उपसा पाहिजे तर.

विहिरीत टमरेल अजून सापडेल. त्यावर माझं नाव निघालं तर मग? मग तर तुम्ही सर्टिफिकेट द्याल की नाही?... पण जेलर काही कबूल झाला नाही च्यायला. सर्टिफिकेट नाही दिलं ते नाहीच. बसलोय आम्ही तसेच...."

"मग आता काय करणार?"

"बाकीच्या लोकांची सर्टिफिकेट घेतो ना, जे आमच्या बरोबर होते त्यांची. ती लावून अर्ज पाठवतो. इंदिरा गांधींकडे डायरेक्ट अर्ज पाठवतो की."

मला सांगितल्याप्रमाणे रघोबांनी तंतोतंत केले. उद्योगात तसूभर कमी नाही. नेहमीच्या कामाबद्दल आळस आणि तुच्छता. पण उपद्व्यापाच्या कामात अत्यंत कसोशीने सर्व प्रयत्न. हे रघोबाचं वैशिष्ट्यच आहे. त्याने अर्जावर अर्ज खरडले. बाकीच्या लोकांचे दाखले मिळवले. पंतप्रधानांना लिहिले – 'तुमचे परमपूज्य पिताजी जवाहरलाल नेहरू आमच्या गावी आले होते. सभा झाली होती. या सभेला मी व्यासपीठाजवळ उभा होतो. त्यांच्या हातातला एक कागद खाली पडला. तेव्हा मी उचलून दिला. पंडितजी माझ्याकडे बघून तेव्हा हसलेसुद्धा होते –' असा मजकूर त्या अर्जात होता. मला त्याने एकदा तो अर्ज दाखवला होता. 'तुमच्या पुष्कळ ओळखी आहेत. त्यांना सांगा की – माझा अर्ज मंजूर करायला लावा' अशी एक-दोन पत्रे पण नंतर नंतर आली होती. पण मी त्या पत्रांकडे विशेष लक्ष दिले नव्हते. मुनीम म्हणून पन्नास-पाऊणशे रुपये पगार मिळवणाऱ्या या माणसाची ही धडपड मला समजत होती. ती यशस्वी होईल, असे मला वाटत नव्हते म्हणून तिकडे दुर्लक्ष करीत होतो.

याला पुष्कळ दिवस झाले.

आणि परवा रघूचे पत्र आले –

'दादा, तुम्हाला कळविण्यास आनंद होतो की, माझा अर्ज मंजूर झाला. स्वातंत्र्यसैनिक म्हणून मान्यता मिळाली. ताम्रपट मिळाला. दोनशे रुपये पेन्शन सुरू झाली. स्वातंत्र्यसैनिक म्हणून भोगलेल्या कष्टाचे आता चीज झाले....'

पत्र वाचून संपवले. मलाही बरे वाटले. मनात म्हटले, 'ठीक आहे, चला. रानात पीक उगवलं म्हणजे पाखरं खातात, चोरटे पळवतात. उंदीर-घुशींचासुद्धा वाटा असतो. मग तूच काय बाबा पाप केलं आहेस? रानात एवढं स्वातंत्र्याचं पीक उगवलंय. नको तेही खाताहेत, पळवताहेत; तूही घे. आता पेन्शन खात सुखानं राहा.'

□

चुटक्याच्या गोष्टी

द.मा. मिरासदार

गावात आलेल्या भोंदू 'महाराजा'ची साक्ष शिवा जमदाडेबाबत
खरी ठरते, तेव्हा...

घरात शिरलेल्या चोरांना एक 'धोरण' ठरवून रामभाऊ किल्ल्या
देतात, तेव्हा...

गावाचा 'विकास' करायला विकास-योजना अधिकारी नकार
देतो, तेव्हा...

अपघातात सापडलेल्या तलाठ्याविषयी गावकऱ्यांना वाटणारी
'हळहळ' तिरस्कारात बदलते, तेव्हा...

पैज लावणाऱ्या दामूची फजिती होते अन् ती त्याच्या जीवावर
बेतते, तेव्हा...

बायको आजारी पडावी यासाठी खटाटोप करणाऱ्या नवऱ्याच्या
प्रयत्नांना यश येते, तेव्हा...

पारावरच्या पाटलांची थाप खरी ठरते, तेव्हा...

ग्रामसुधार योजनेच्या माध्यमातून शाळेची 'प्रगती' होते,
तेव्हा...

'हेळातील भीषण प्रकार' पोरखेळ ठरतो, तेव्हा...

भविष्य बघण्याचा 'नाद' असलेल्या दत्तूचं भविष्य खरं ठरतं,
तेव्हा....

द.मां.च्या 'चुटक्याच्या गोष्टी'मधून मानवी स्वभावाचे विविध
पैलू आपल्या समोर येतात.

त्यातील काही आपल्याला अंतर्मुख करतात... तर काही
हसवतात...!

www.ingramcontent.com/pod-product-compliance
Lightning Source LLC
LaVergne TN
LVHW052034240825
819404LV00032B/519
* 9 7 8 8 1 8 4 9 8 2 2 9 9 *